AF654293

നാരായണൻ കാവുമ്പായി

കണ്ണൂർ ജില്ലയിലെ കാവുമ്പായിയിൽ ജനനം. മലയാള സാഹിത്യത്തിൽ ബിരുദാനന്തര ബിരുദവും ബിഎഡും. ദേശാഭിമാനി ചീഫ് സബ് എഡിറ്റർ. കുട്ടികളുടെ ദ്വൈവാരികയായ തത്തമ്മയുടെ എഡിറ്റർ ഇൻ ചാർജ്.

25 ബാലസാഹിത്യകൃതികളും ഒരു ചരിത്രഗ്രന്ഥവും രണ്ട് ജീവചരിത്രവും രചിച്ചു. 10 പുസ്തകങ്ങളുടെ എഡിറ്ററാണ്. നവോത്ഥാന കഥകൾ എന്ന കൃതിക്ക് അബൂദാബി ശക്തി അവാർഡ് ലഭിച്ചു. മാധ്യമപ്രവർത്തനത്തിനുള്ള സുരേന്ദ്രൻ നീലേശ്വരം അവാർഡും ബാലസാഹിത്യത്തിനുള്ള ഡോ. ടി പി സുകുമാരൻ സ്മാരക അവാർഡും ലഭിച്ചു.

വിലാസം:

കേദാരം, കീച്ചേരി,
പാപ്പിനിശേരി പോസ്റ്റ്,
കണ്ണൂർ ജില്ല
ഫോൺ: 04972 788979, മൊബൈൽ: 9447779875
email: kavumbayi@gmail.com

Malayalam Language
Vayana Valarthiya Maharadhanmar
(Children's Literature)
by
Narayanan Kavumbayi

♦

Published in January 2021
by Kairali Books Private Limited
Thalikkavu Road, Kannur.
Phone : 0497-2761200
E-Mail : kairalibooksknr@gmail.com

♦

Cover Design
Prasanth Mangad

♦

Price : **140.00**
116/20-21/Sl.No.1185/POD100/NS 18.6
ISBN 978-93-49726-44-4

വായന
വളർത്തിയ
മഹാരഥന്മാർ

നാരായണൻ കാവുമ്പായി

കൈരളി ബുക്സ്

ഉള്ളടക്കം

വായന വളർത്തിയ മഹാരഥന്മാർ

ആദ്യവായന

വായനയുടെ സ്വർഗത്തിൽ

പുസ്തകങ്ങൾ അറിവിന്റെ ഉറവിടങ്ങളാണ്. പുസ്തകങ്ങൾ സംസാരിക്കും. കഴിഞ്ഞ കാലത്തെക്കുറിച്ച്, ലോകത്തെയും അതിലെ മനുഷ്യരെയും കുറിച്ച്. പുസ്തകങ്ങളിൽ എന്തൊക്കെയുണ്ട്? കഥയും സംഗീതവുമുണ്ട്. ശാസ്ത്രത്തിന്റെ വെളിച്ചമുണ്ട്. അറിവിന്റെ അക്ഷയഖനികളുണ്ട്.

മനുഷ്യ സംസ്കാരത്തിന്റെ ഈടുവെപ്പുകളാണ് പുസ്തകങ്ങൾ. എഴുതപ്പെട്ട ഭാഷയുടെയും കാലത്തിന്റെയും അതിരുകൾ കടന്ന് ലോകമെങ്ങുമുള്ള വായനക്കാരെ സ്വാധീനിച്ച വിശ്വമഹാഗ്രന്ഥങ്ങൾ. എത്രയോ തലമുറകൾക്ക് വഴികാട്ടികളായ ഗുരുനാഥന്മാർ. വിലപ്പെട്ട അനേകം ജീവിത പാഠങ്ങൾ പകർന്നുനൽകിയ അമൂല്യഗ്രന്ഥങ്ങൾ എത്രയെത്ര മനുഷ്യർക്ക് വഴിവിളക്കായിട്ടുണ്ടെന്നോ!

മനുഷ്യനെ മഹത്വത്തിന്റെ പാതയിലേക്കുയർത്തിയ മഹാഗ്രന്ഥങ്ങൾ നിരവധിയുണ്ട്. വായനയുടെ വെളിച്ചം തേടിപ്പോയ മഹാരഥന്മാരുടെ വായനാനുഭവങ്ങൾ മനസ്സിലാക്കണം. അത് തീർച്ചയായും കൂട്ടുകാർക്ക് പ്രചോദനമാകണം.

അറിവിനെ കോരിയെടുത്ത് ആസ്വദിച്ച് വളരാൻ കൂട്ടുകാർക്ക് കഴിയണം. അതിന് ഒരേയൊരു വഴിയേയുള്ളൂ. വായന. പാ

ംപുസ്തകങ്ങളിൽ നിന്നു ലഭിക്കുന്ന അറിവിനും അനുഭവങ്ങൾക്കും പരിമിതിയുണ്ട്.

പരന്ന വായന വിശാലമായ അനുഭവങ്ങളുടെ തുറന്ന ആകാശത്തേക്കാണ് നമ്മെ നയിക്കുക. അതിരുകളില്ലാത്ത സത്യത്തിന്റെയും സ്വാതന്ത്ര്യത്തിന്റെയും ലോകത്തേക്ക് അക്ഷരങ്ങളിലൂടെ എത്തിച്ചേരാനാകും.

ഇങ്ങനെ പുസ്തകങ്ങൾ കണ്ടും തൊട്ടെടുത്തും മണത്തും ചിത്രങ്ങൾ കണ്ടും കുറച്ചു വായിച്ചും കൂടുതൽ വായിച്ചും ആഴത്തിൽ വായിച്ചും ആസ്വദിച്ച് ചിരിച്ചും ചിന്തിച്ചും തർക്കിച്ചും കൂട്ടുകാർക്ക് പുസ്തകങ്ങളുമായി കൂട്ടുകൂടാനാകണം.

പുസ്തകക്കൂട്ട് നിങ്ങളെ വലിയവരാക്കും, തീർച്ച. അതിന് തെളിവാണ് വായന വളർത്തിയ മഹാരഥന്മാരുടെ അനുഭവങ്ങൾ. വായനയിലൂടെ വളർന്ന ലോക നേതാക്കളിൽ ചിലരുടെ വായനാനുഭവങ്ങൾ വായിക്കൂ.

ഒപ്പം മലയാളത്തിന്റെ അഭിമാനമായ എഴുത്തുകാരിൽ ചിലർ അവരുടെ ആദ്യകാല വായനയുടെ അനുഭവങ്ങളും ഈ പുസ്തകത്തിൽ പങ്കുവയ്ക്കുന്നുണ്ട്.

കൂട്ടുകാരെ വായനയുടെ സ്വർഗത്തിലേക്ക് നയിക്കാൻ ആ വായനാനുഭവങ്ങൾ പ്രേരിപ്പിക്കുമെന്ന് പ്രതീക്ഷിക്കുന്നു.

വായന വളർത്തിയ മഹാരഥന്മാർ

അക്ഷരങ്ങളിൽ നിന്ന് അറിവും ആത്മവിശ്വാസവും നേടിയവരാണ് മഹാന്മാരായ ലോകനേതാക്കളിലേറെയും. കുട്ടിക്കാലത്തുതന്നെ വായനയുടെ അത്ഭുതലോകത്തെത്തിയവർ. വായന അവരുടെ മനസ്സിനെ ആദ്രമാക്കി. മഹാവൃക്ഷങ്ങൾക്കെന്നപോലെ, മലിനമായൊരു മണൽത്തരിക്കും സംഘർഷഭരിതമായ ഒരു ജീവചരിത്രം ഉണ്ടെന്ന് തിരിച്ചറിഞ്ഞു. അതുവരെ കാണാതെപോയ കാഴ്ചകളും, കേൾക്കാതെപോയ ഇലയനക്കങ്ങളും, അറിയാതെപോയ മുറിവുകളും, അനുഭവിക്കാതെ പോയ അനുഭൂതികളും വായനയിൽ നിന്ന് അനുഭവിച്ചറിഞ്ഞു. ജനനായകരായി. ലോകത്തെ നയിച്ചു. വായന വളർത്തിയ മഹാരഥന്മാരിൽ ചിലരെക്കുറിച്ച് വായിക്കൂ.

വായനയുടെ സ്വർഗത്തിൽ

ഫിദൽ കാസ്ട്രോ

ക്യൂബയുടെ പ്രസിഡന്റായിരുന്ന ഫിദൽകാസ്ട്രോ മികച്ച വായനക്കാരനായിരുന്നു. കാസ്ട്രോയുടെ ഉറ്റചങ്ങാതിയായിരുന്നു നൊബേൽസമ്മാന ജേതാവ് ഗബ്രിയേൽ ഗാർസ്യ മാർക്കേസ്.

തിരക്കൊഴിഞ്ഞ ദിവസങ്ങളിലെല്ലാം ഇവർ കണ്ടുമുട്ടുകയും ഏറ്റവും പുതിയ പുസ്തകങ്ങളെക്കുറിച്ച് ചർച്ച ചെയ്യുകയും പതിവായിരുന്നു.

ഒരു ദിവസം ഇവർ കണ്ടുമുട്ടിയപ്പോൾ കാസ്ട്രോ മാർക്കേസിനോട് പറഞ്ഞു.

"വല്ലാത്ത തലവേദന. അതുമാറാൻ എന്താണൊരു വഴി?" "നല്ല പുസ്തകം വായിച്ചാൽ മതി".

അതായിരുന്നു മാർക്കേസിന്റെ മറുപടി.

വായിക്കേണ്ട ചില പുസ്തകങ്ങളുടെ പേരും അദ്ദേഹം നിർദ്ദേശിച്ചു.

എല്ലാം ആയിടെ പുറത്തിറങ്ങിയ പുസ്തകങ്ങൾ.

കാസ്ട്രോയുടെ മറുപടി മാർക്കേസിനെ അത്ഭുതപ്പെടുത്തി.

"അവയെല്ലാം ഞാൻ വായിച്ചുകഴിഞ്ഞു."

എന്നായിരുന്നു ആ മറുപടി. അത്ഭുതം വിട്ടുമാറാത്ത മാർക്കേസ് കൈയിലുള്ള പുസ്തകം അദ്ദേഹത്തിന് കൊടുത്തു.

പിറ്റേദിവസം പന്ത്രണ്ടുമണിക്ക് അവർ വീണ്ടും കണ്ടുമുട്ടിയപ്പോൾ വായിച്ചുതീർത്ത ആ പുസ്തകം കാസ്ട്രോ മാക്കേസിന് കൈമാറി.

ഒരിക്കൽകൂടി മാർക്കേസ് അമ്പരന്നു!

അതെ, ഒന്നാന്തരം വായനക്കാരനാണ് കാസ്ട്രോ. ലോകത്തിലെ ഏറ്റവും നല്ല വായനക്കാരിലൊരാൾ. കുട്ടിക്കാലത്ത് തുടങ്ങിയതാണ് വായനശീലം.

ചരിത്രപുസ്തകങ്ങളോടായിരുന്നു വിദ്യാർഥിയായിരിക്കുമ്പോൾ കൂടുതൽ താൽപര്യം. ക്യൂബൻ വിപ്ലവത്തിന്റെ അപ്പസ്തലനായ ഫോസെ മാർത്തിയുടെ കൃതികളോട് ആരാധനയായിരുന്നു കാസ്ട്രോവിന്.

ഏറ്റവും ഇഷ്ടപ്പെട്ട ചരിത്രപുരുഷൻ സൈമൺ ബൊളിവർ. കാസ്ട്രോ ബൈബിൾ ആവർത്തിച്ച് വായിക്കാറുണ്ടായിരുന്നു. അപൂർവ ഭംഗിയുള്ള സാഹിത്യമാണ് ബൈബിളിന്റേത്.

കാസ്ട്രോ നന്നായി വായിച്ചത് ജയിലിൽ കഴിയുമ്പോഴായിരുന്നു.

1953ൽ മൊങ്കാദാ കോട്ട ആക്രമിച്ചതിനെതുടർന്ന് പിടിക്കപ്പെട്ടതിനെതുടർന്നായിരുന്നു തടവറ ജീവിതം.

വമ്പിച്ച ബഹുജനപ്രക്ഷോഭത്തെതുടർന്ന് ജയിൽമോചിതനാകുന്നതുവരെയുള്ള മൂന്നുവർഷം കാരാഗൃഹത്തിൽ വായനയുടെ നാളുകളായിരുന്നു അദ്ദേഹത്തിന് ദിവസം 13- 14 മണിക്കൂർ വായിക്കും.

ഹ്യൂഗോയുടെ പാവങ്ങൾ, ദസ്തയേവ്സ്കിയുടെയും റൊമാങ്ങിന്റെയും കൃതികൾ വായിച്ചത് ഇക്കാലത്താണ്.

സെർവാന്റീസിന്റെ ഡോൺക്വിക്സോട്ട് വളരെ ഇഷ്ടമായിരുന്നു. ഏറ്റവും ഇഷ്ടപ്പെട്ട കവി പാബ്ലോ നെരൂദയാണ്.

വായന ലഹരിയായി കൊണ്ടുനടന്ന കാസ്ട്രോ ഒരിക്കൽ പറഞ്ഞത് ഇങ്ങനെയാണ്.

“എനിക്ക് മറ്റൊരു ജീവിതമുണ്ടെങ്കിൽ സാഹിത്യകാരനായി ജനിക്കാനാണ് ആഗ്രഹം”.

പുസ്തകം വളർത്തിയ കുട്ടി

ഹോ ചിമിൻ

ഹോ എന്ന ബാലന് കുട്ടിക്കാലം ഏകാന്തമായിരുന്നു. കുട്ടിക്കാലത്ത് കളിക്കൂട്ടുകാരാരുമുണ്ടായിരുന്നില്ല.

സ്കൂൾവിട്ട് വൈകുന്നേരം വീട്ടിലെത്തിയാൽ കൂട്ടുകൂടാനും കളിക്കാനും ആരുമില്ല. പുസ്തകസഞ്ചി അകത്തേക്ക് വലിച്ചെറിഞ്ഞ് പല ദിവസങ്ങളിലും അവൻ വീടിന്റെ പടിഞ്ഞാറ് ഭാഗത്തേക്ക് പോകും. അവിടെ വിശാലമായ പുൽപ്പരപ്പാണ്.

പുൽത്തകിടിയിൽ അവൻ ഒറ്റയ്ക്കിരിക്കും. പുൽനാമ്പുകളോടും ചെറുതുമ്പികളോടും കിന്നരിക്കും.

പടിഞ്ഞാറൻ ചക്രവാള ചെരുവിൽ അസ്തമയ സൂര്യൻ കോറിയിടുന്ന ശോണചിത്രങ്ങളിൽ വെറുതേ നോക്കിയിരിക്കും.

ഈ ഇരിപ്പിൽ കാണാറുള്ള സന്ധ്യാചിത്രങ്ങളെക്കുറിച്ച് ഹോ എഴുതിയിട്ടുണ്ട്. അവയിൽ ചിലത് മനോഹരങ്ങളായ കവിതകളായി പിറന്നു.

ഒരു കാവ്യചിത്രം ഇങ്ങനെയാണ്:

സന്ധ്യയുടെ വർണപ്പകർച്ച മെല്ലെ ഇരുട്ടിന് വഴിമാറുകയാണ്. അന്ധകാരത്തിന്റെ കരിമ്പടപ്പുതപ്പ് ഗ്രാമത്തിനുമേൽ പതിച്ചുതുടങ്ങി. അപ്പോൾ ഗ്രാമനടപ്പാതയിൽ അങ്ങകലെ ഒരു നേർത്ത വെളിച്ചപ്പൊട്ട്!

കുറച്ചുകഴിയുമ്പോൾ തൊട്ടിപ്പുറത്ത് മറ്റൊരു വെളിച്ചത്തുണ്ട് കാണാം. പിന്നെ മൂന്നാമതൊന്നുകൂടി....

മനോഹരമായ ഒരു കാഴ്ചയാണിത്. ഇരുട്ടിൽ ഇടവിട്ട് പ്രത്യ

ക്ഷമാകുന്ന വെളിച്ചം!

എല്ലാ ദിവസവും ഈ കാഴ്ച കാണുന്ന ആ കുട്ടിക്ക് അറിയാം , അതൊരു ഗ്രാമവൃദ്ധൻ കൊളുത്തിവയ്ക്കുന്ന വെളിച്ചമാണെന്ന്.

വൈദ്യുതിയില്ലാതിരുന്ന ഗ്രാമത്തിലെ നാട്ടുനടപ്പാതയിൽ സ്ഥാപിച്ചിരുന്ന വിളക്കുകാലുകളുടെ അരികിലേക്ക് എല്ലാ സന്ധ്യകളിലും വേച്ചുവേച്ച് വൃദ്ധൻ നടന്നെടത്തും. അയാളുടെ ചുമലിലെ ഏണി വിളക്കുകാലിൽ ചാരി അതിൽ കയറി ചില്ലുതുടച്ച് എണ്ണയൊഴിച്ച് തിരികൊളുത്തി സാവധാനം ഇറങ്ങി അടുത്ത വിളക്കുമരം ലക്ഷ്യമാക്കി നടക്കുപോകും.

തൊടുന്ന വിളക്കുകാലുകൾ പ്രകാശഭരിതമാക്കി, അടുത്തത് തേടി ഇരുളിലേക്ക് നടക്കുന്ന ആ മനുഷ്യൻ ഇരുളിടങ്ങളിൽ പ്രകാശം കൊളുത്തിവയ്ക്കുകയെന്ന വലിയൊരു സന്ദേശം ഉൾക്കൊള്ളുന്നതായി ഹോ കരുതി.

ചില സന്ധ്യകളിൽ ഏകാഗ്രതയോടെ ഹോ കൈയിൽ കരുതിയ പുസ്തകത്തിൽമിഴിനട്ടിരിക്കും. അതിലെ കഥകൾ ശ്രദ്ധയോടെ വായിക്കും.

ധാരാളമ നല്ല പുസ്തകങ്ങൾ തേടിപ്പിടിച്ച് വായിച്ചു.

ചില ദിവസങ്ങളിൽ രാത്രി അച്ഛൻ ഒരുപാട് കഥകൾ പറയും. അതെല്ലാം ശ്രദ്ധയോടെ ഹോ കേട്ടിരിക്കും.

ജന്മിമാരിൽ നിന്നും പ്രഭുക്കളിൽ നിന്നും സാധുമനുഷ്യർക്ക് സഹിക്കേണ്ടിവന്ന ദുരിതങ്ങളെക്കുറച്ചുള്ള കഥകളാണ് അവയിൽ ഏറെയും.

ദുരിതങ്ങൾക്കിടയിലും നല്ല ജീവിതം സ്വപ്നം കണ്ട കർഷകരുടെ അനുഭവങ്ങൾ ഹോയെ വളരെയധികം സ്വാധീനിച്ചു.

എൻഗ്യൂയെൻ ത്രായിയുടെ കവിതകൾ ഹോ ചിമീന് ഏറെ ഇഷ്ടമായിരുന്നു. കവിതയിൽ അധ്വാനിക്കുന്നവരുടെ സ്വപ്നമുണ്ടായിരുന്നു. കലാപത്തിന്റെ തീപ്പൊരിയുണ്ടായിരുന്നു. ഇത് ഹോയെ ഏറെ ആകർഷിച്ചു.

ടോൾസ്റ്റോയിയുടെ യുദ്ധവും സമാധാനവും, അന്നാകരിനീന, ഉയിർത്തെഴുന്നേൽപ്പ് തുടങ്ങിയവയും ഹെൻട്രി ബർബ്ബൂസയുടെ അണ്ടർഫയർ എന്ന നോവലും ഹോചിമിന്റെ മനസ്സിനെ പിടിച്ചുകുലുക്കി.

ലോകത്തെ പ്രധാന വിപ്ലവങ്ങളെക്കുറിച്ച് പഠിക്കാൻ ഹോ യാത്ര ചെയ്തു. അനേക രാജ്യങ്ങൾ സന്ദർശിച്ചു. അവിടങ്ങളിലെ ജീവിതം നിരീക്ഷിച്ചു. അവരുടെ ദുരിതങ്ങൾ കണ്ടറിഞ്ഞു.

പല ഭാഷകളും പഠിച്ചു. ആ ഭാഷകളിലെ പുസ്തകങ്ങൾ വായിച്ചു.

ഷേക്സ്പിയറുടെയും വേഡ്സ്വെർത്തിന്റെയും കൃതികൾ ആവർത്തിച്ചു വായിച്ചു. പുസ്തകങ്ങൾ ഹോയിലെ മനുഷ്യസ്നേഹിയെ ഉണർത്തി. പ്രതിഭയെ ഉത്തേജിപ്പിച്ചു. വിപ്ലവകാരിയും എഴുത്തുകാരനുമാക്കി.

ഹോ ചിമീനെ വിയറ്റ്നാമിന്റെ വിമോചകനും ലോകവിപ്ലവപ്രസ്ഥാനത്തിന്റെ ആചാര്യനുമാക്കി മാറ്റുന്നതിൽ വായനയ്ക്ക് സുപ്രധാന പങ്കാണുണ്ടായിരുന്നത്.

ജീവിതത്തെ മാറ്റിയ വായന

ഗാന്ധിജി

ഗാന്ധിജിയുടെ ജീവിതത്തെ ആഴത്തിൽ സ്വാധീനിച്ചത് പുസ്തകങ്ങളാണ്. ചെറുപ്പത്തിൽ 'ശ്രവണ പിതൃഭക്തി' എന്ന നാടകം വായിച്ചു.

ശ്രവണൻ എന്ന ബാലൻ മാതാപിതാക്കളെ ചുമലിലേറ്റി തീർത്ഥയാത്രയ്ക്ക് കൊണ്ടുപോകുന്ന രംഗം ആ നാടകത്തിൽ വിവരിച്ചിരുന്നു. പിൽക്കാലത്ത് ഗാന്ധിജിയെ ഏറെ സ്വാധീനിച്ച പുസ്തകമാണ് 'അൺ ടു ദിസ് ലാസ്റ്റ്'.

ജോൺ റസ്ക് എഴുതിയ ഈ പുസ്തകം നെറ്റാളിലേക്കുള്ള ഒരു യാത്രയിലാണ് അദ്ദേഹം വായിച്ചത്.

വായിച്ച് കഴിഞ്ഞിട്ടും താഴെവെക്കാൻ കഴിയാത്തവിധം അത് ഗാന്ധിജിയെ വശീകരിച്ചു. ആ പുസ്തകത്തിലെ തത്വങ്ങൾക്കനുസരിച്ച് തന്റെ ജീവിതവും മാറ്റിത്തീർക്കുമെന്ന് ഗാന്ധിജി നിശ്ചയിച്ചു.

'അൺ ടു ദിസ് ലാസ്റ്റ്' എന്ന പുസ്തകം 'സർവ്വോദയ' എന്ന പേരിൽ ഗാന്ധിജിതന്നെ ഗുജറാത്തിയിലേക്ക് വിവർത്തനം ചെയ്തു.

ടോൾസ്റ്റോയി കൃതികളും ഗാന്ധിജിയെ വളരെ സ്വാധീനിച്ചു. 'ടോൾസ്റ്റോയി ഫാം' എന്ന പേരിൽ ഒരു പരിശീലനകേന്ദ്രവും അദ്ദേഹം ആരംഭിച്ചിരുന്നു.

ഭഗവത്ഗീത, ബൈ ബിൾ, ഖുറാൻ എന്നീ വിശുദ്ധ ഗ്രന്ഥങ്ങൾ ഗാന്ധിയൻ തത്വശാസ്ത്രം രൂപപ്പെടുത്തുന്നതിൽ നിർണ്ണായക പങ്ക് വഹിച്ചു.

പുസ്തകങ്ങൾ കൂട്ടുകാർ

ജവാഹർലാൽ നെഹ്രു

കുട്ടികളെയെന്നപോലെ പുസ്തകങ്ങളും പൂക്കളുമെല്ലാം ജവഹർലാലിന് ഏറെ ഇഷ്ടമായിരുന്നു.

കുട്ടിക്കാലം മുതലേ ജവാഹർലാൽ വായനയിൽ ആനന്ദം കണ്ടെത്തിയിരുന്നു.

അച്ഛൻ മോത്തിലാൽ നെഹ്രുവിന്റെ ഗുമസ്തനായിരുന്ന മുൻഷി മുബാറക്ക് അറബിക്കഥകളും മറ്റും പറഞ്ഞുകൊടുക്കുമായിരുന്നു.

അമ്മ സ്വരൂപ് റാണിയാവട്ടെ രാമായണം, മഹാഭാരതം എന്നീ ഇതിഹാസങ്ങളിലെ കഥകൾ മകന് പറഞ്ഞുകൊടുക്കും.

ട്യൂട്ടറായ എഫ് റ്റി ബൂക്ക്സാണ് ബാലനായ നെഹ്രുവിൽ പുസ്തക വായനയിൽ ആഭിമുഖ്യം വളർത്തിയ മറ്റൊരാൾ. സ്കോട്ട്, ഡിക്കൻസ്, എച്ച് ജി വെൽസ് തുടങ്ങിയ വിഖ്യാത ഇംഗ്ലീഷ് എഴുത്തുകാരുടെ പുസ്തകങ്ങൾ വായിക്കാൻ നെഹ്രുവിനെ പ്രേരിപ്പിച്ചത് ബൂക്കസാണ്.

ഡോൺ ക്വിക്സോട്ട്, ഷെർലക് ഹോംസ്, സെൻസായിയിലെ തടവുകാരൻ തുടങ്ങിയ കൃതികൾ അദ്ദേഹത്തെ ആകർഷിച്ചു. ഒട്ടേറെ കവിതകളും കുട്ടിക്കാലത്തുതന്നെ നെഹ്രു വായിച്ചുതീർത്തു. ഭഗവത് ഗീത, ഉപനിഷത്തുകൾ എന്നിവ അദ്ദേഹത്തിൽ പുതിയവെളിച്ചം നൽകി.

കേംബ്രിഡ്ജിൽ പഠിക്കുന്ന കാലത്താണ് ചരിത്രം, രാഷ്ട്രമീമാംസ, ധനതത്വശാസ്ത്രം തുടങ്ങിയ വിഷയങ്ങളെ സംബന്ധിച്ച പുസ്തകങ്ങൾ വായിച്ചുതീർത്തത്.

സ്വാതന്ത്ര്യസമര പ്രക്ഷോഭത്തിൽ പങ്കെടുത്ത് ജയിലിൽ കഴിയവെ പുസ്തക വായനയിലും എഴുത്തിലും മുഴുകി കഴിയുകയായിരുന്നു നെഹ്റു.

അവസാനിക്കാത്ത വായന

ഇ എം എസ്

ഇ എം എസ് കൃതജ്ഞതയോടെ ഓർക്കുന്ന ഒരധ്യാപകൻ കുഞ്ഞിക്കണ്ണൻ നമ്പ്യാരാണ്.

അദ്ദേഹം നേരിട്ട് പഠിപ്പിച്ചിട്ടില്ല. പക്ഷേ, അദ്ദേഹം മുൻകൈയെടുത്ത് നടത്തിവന്ന ഗ്രാമീണ വായനശാലയും അതിന്റെ ആഭിമുഖ്യത്തിൽ ആരംഭിച്ച യുവചൈതന്യം എന്ന കൈയെഴുത്തു മാസികയും ഇ എം എസിന്റെ കുട്ടിക്കാലത്തെ വിഹാരവേദികളായി.

നമ്പ്യാർ മാസ്റ്ററുടെ ഗ്രന്ഥശാലയിൽ കിട്ടാവുന്നതൊക്കെ വായിച്ചുതീർക്കാൻ ഇ എം എസ് സമയം കണ്ടെത്തി. ഇംഗ്ലീഷ് പത്രങ്ങളിൽ ദേശീയവാദിയായിരുന്ന കസ്തൂരിരംഗ അയ്യർ നടത്തി വന്ന 'ദി ഹിന്ദു'വും മലയാളത്തിൽ കോൺഗ്രസിന്റെ ആദ്യകാല നേതാക്കളിൽ പ്രമുഖരായ കെ പി കേശവമേനോനും മാധവൻ നായരും മറ്റും ചേർന്ന് ആയിടെ ആരംഭിച്ച 'മാതൃഭൂമി'യുമായിരുന്നു ദേശീയവാദികൾക്കെന്നപോലെ ഇ എം എസിനും പഥ്യം.

ഒ ചന്തുമേനോന്റെ ഇന്ദുലേഖ കേരളവർമ്മയുടെ അക്ബർ, സി വി രാമൻ പിള്ളയുടെ മാർത്താണ്ഡവർമ്മ, തുടങ്ങിയ ആഖ്യായികകളും കുമാരനാശാന്റെ 1908 ലെ വീണപൂവ് മുതൽ 1922 ലെ ദുരവസ്ഥ വരെയുള്ള

കവിതകളും വള്ളത്തോളിന്റെ സാഹിത്യമഞ്ജരി പരമ്പരകളു മൊക്കെ ഇ എം എസ് വായിച്ചുതീർത്തു.

ഇവയിൽ കൂട്ടുകുടുംബവ്യവസ്ഥയെയും നമ്പൂതിരി നായർ സംബന്ധത്തെയും ബഹുഭാര്യത്വത്തെയും മറ്റും നിശിതമായി എതിർക്കുന്ന ഇന്ദുലേഖയും മലബാർ കലാപത്തിന്റെ പശ്ചാത്തലത്തിൽ 'മാറ്റുവിൻ ചട്ടങ്ങളെ' എന്നാഹ്വാനം ചെയ്യുകയും നമ്പൂതിരി സ്ത്രീയും പുലയ യുവാവുമായുള്ള വിവാഹത്തെ പ്രകീർത്തിക്കുകയും ചെയ്ത 'ദുരവസ്ഥ'യും ഇ എം എസിനെ പ്രത്യേകം ആകർഷിച്ചു. പിൽക്കാലത്ത് അവയെക്കുറിച്ച് ചിന്തോദ്ദീപകമായ പഠനങ്ങൾ അദ്ദേഹം എഴുതുകയുണ്ടായി. രാജഭക്തനായ സി വി രാമൻ പിള്ളയെയും സാമൂഹ്യപരിഷ്കർത്താവായിരുന്ന ചന്തുമേനോനെയും താരതമ്യപ്പെടുത്തി രൂക്ഷമായ വിവാദങ്ങൾക്ക് ഇ എം എസ് തിരികൊളുത്തിയതിന്റെ തുടക്കം ഈ വായനയിൽ നിന്നാണ്.

ഇ എം എസ് അന്നു വായിച്ച പഠന-വിമർശന കൃതികളിൽ സാഹിത്യലക്ഷണ ഗ്രന്ഥങ്ങളും രാജ്യദ്രോഹക്കുറ്റമാരോപിച്ച് തിരുവിതാംകൂറിൽ നിന്ന് നാടുകടത്തപ്പെട്ട സ്വദേശാഭിമാനി രാമകൃഷ്ണപിള്ളയുടെ വൃത്താന്തപത്രപ്രവർത്തനം തുടങ്ങിയ കൃതികളും ഉൾപ്പെടുന്നു.

എന്റെ ആദ്യവായന

വായന ജീവിതത്തെ വലുതാക്കും. ലോകത്തെക്കുറിച്ചും മാനവജീവിതത്തെക്കുറിച്ചും പുതിയ കാഴ്ചപ്പാടുകളുണ്ടാക്കും. ജീവിതത്തിലുടനീളം അത് വെളിച്ചം വിതറും.

മലയാളഭാഷയിലും സാഹിത്യത്തിലും തിളങ്ങിയ പ്രതിഭാധനരായ എഴുത്തുകാർ തങ്ങളുടെ അക്ഷരയാത്രയിൽ ഊന്നുവടിയായി മാറിയത് പുസ്തകങ്ങളാണെന്ന് സാക്ഷ്യപ്പെടുത്തിയിട്ടുണ്ട്.

അവർ ആദ്യം വായിച്ച പുസ്തകം ഏതായിരിക്കും? പിൽക്കാലത്ത് അവരുടെ ചിന്താപഥങ്ങളിൽ തിളങ്ങിനിൽക്കുന്ന ആ പുസ്തകങ്ങളെ ഓർത്തെടുക്കുകയാണ് മലയാളത്തിന്റെ പ്രിയ എഴുത്തുകാർ.

എതിർപ്പിനെ മറികടന്ന വായന

ജോസഫ് മുണ്ടശ്ശേരി

സ്കൂളിൽ കണക്കിനോടും സയൻസിനോടുമായിരുന്നു ജോസഫിന് താൽപര്യം.

ക്രമേണ സാഹിത്യത്തോട് ഇഷ്ടം തോന്നി. പ്രത്യേകിച്ച് കവിതകളോട്. അച്ചടിച്ച കവിതകളെല്ലാം തേടിപ്പിടിച്ച് വായിക്കാൻ തുടങ്ങി. അച്ഛന്റെ പ്രായക്കാരനായ ഒരാളുണ്ടായിരുന്നു അയൽപക്കത്ത്. അദ്ദേഹമാണ് കവിത പരിചയപ്പെടുത്തിയത്.

ഒരു ഞായറാഴ്ച ഇരുവരും വീടിന്റെ തിണ്ണയിലിരുന്ന് കുണ്ടൂരിന്റെ പച്ചമലയാളം കൃതികൾ വായിച്ചുരസിക്കുകയായിരുന്നു.

അപ്പോഴാണ് അച്ഛൻ കടന്നുവന്നത്. അദ്ദേഹത്തിന് വായനയോട് വലിയ പ്രതിപത്തിയൊന്നുമുണ്ടായിരുന്നില്ല. മാത്രമല്ല, വല്ല ജോലിയും ചെയ്യേണ്ട സമയത്ത് വായിച്ചു സമയം കളയുന്നതിനോട് എതിർപ്പുമായിരുന്നു. വായന അലസരാക്കുമെന്ന് അദ്ദേഹം കരുതി.

അജ്ഞാനികളുടെ കാവ്യങ്ങൾ കൊണ്ടുനടന്നാൽ നരകത്തിൽപോകും. വികാരിയച്ചൻ മുമ്പ് പറഞ്ഞത് അദ്ദേഹം വിശ്വസിച്ചു.

ജോസഫിന്റെ കവിതാ വായനയോട് അച്ഛന് എതിർപ്പുണ്ടാവാൻ കാരണം അതായിരുന്നു.

വിട്ടിൽ ജോസഫ് കാവ്യങ്ങളെക്കുറിച്ചുള്ള അയൽക്കാരനുമായി ചർച്ചചെയ്ത് നേരം കളയുന്നതു കണ്ടപ്പോൾ അദ്ദേഹത്തിന് ദേഷ്യമാണ് തോന്നിയത്. എങ്കിലും പുറത്തുകാട്ടിയില്ല. അയൽക്കാരന് അപ്രിയം തോന്നരുതല്ലോ. അതുകൊണ്ട് അച്ഛനൊന്നും പറഞ്ഞില്ല.

അയൽക്കാരൻ തന്റെ വീട്ടിലേക്ക് പോയി. ജോസഫ് പുറത്തേക്കും. ഇതുതന്നെ തക്ക സമയം! അച്ഛൻ കുണ്ടൂരിന്റെ ഭാഷാകാവ്യങ്ങൾ അടുപ്പിലിട്ട് കത്തിച്ചുകളഞ്ഞു.

എന്നാൽ ഇതൊന്നും ജോസഫിന്റെ സാഹിത്യ താൽപര്യത്തിന് തടസ്സമായില്ല.

പ്രഗൽഭനായ സാഹിത്യ വിമർശകനും അധ്യാപകനും വിദ്യാഭ്യാസ ചിന്തകനും കേരളത്തിലെ ആദ്യ വിദ്യാഭ്യാസമന്ത്രിയുമായിരുന്ന ജോസഫ് മുണ്ടശേരി എതിർപ്പുകളെ മറികടന്ന് വായിച്ചു. വ്യത്യസ്തവും സർഗാത്മകവുമായ മേഖലകളെ പരിചയപ്പെട്ടു. അറിവിന്റെ വിസ്മയലോകത്തേക്ക് ആ വായന വളർന്നു.

കോളേജ് വിദ്യാഭ്യാസ കാലത്ത് ഹോസ്റ്റലിൽ ജോസഫിനൊപ്പം താമസിച്ചവരിലൊരാൾ കോളേജ് ലൈബ്രേറിയനായിരുന്നു. അതുകൊണ്ട് പുസ്തകം തരപ്പെടുത്താൻ മുട്ടുണ്ടായില്ല.

ലൈബ്രേറിയൻ എ പി ജോൺ അദ്ദേഹത്തെ സഹായിച്ചു. ഇംഗ്ലണ്ടിൽനിന്ന് തപാലിൽ വരുന്ന ആനുകാലികങ്ങൾ ആദ്യം കിട്ടിയിരുന്നത് മുണ്ടശേരിയുടെ കൈയിലാണ്. അവയെല്ലാം ചൂടോടെ വായിക്കാനായി.

യുദ്ധകാലത്തെ പത്രവായനയാണ് ഭാഷയിലും സാഹിത്യത്തിലും താൽപര്യമുണ്ടാക്കിയത്.

കവന കൗമുദി, ആത്മപോഷണി, മംഗളോദയം, ഭാഷാപോഷിണി തുടങ്ങിയവയെല്ലാം തേടിപ്പിടിച്ചു വായിച്ചു. അന്നത്തെ പേരും പെരുമയുമുള്ള എല്ലാ എഴുത്തുകാരുടെയും രചനകൾ വായിച്ചു.

പുസ്തകങ്ങളുടെ മണം

ഒ എൻ വി

പുഷ്പങ്ങളുടെ ഗന്ധം പോലെ തന്നെ പുസ്തകങ്ങളുടെ മണവും എനിക്ക് ഇഷ്ടമാണ്. പുസ്തകത്തിന്റെ മണം ആസ്വദിച്ച ശേഷമാണ് പുസ്തകം വായിച്ചു തുടങ്ങുകയെന്ന് പലരും എന്നോടു പറഞ്ഞിട്ടുണ്ട്.

കുട്ടിക്കാലത്ത് പാഠപുസ്തകം കൈയിൽ കിട്ടിയാൽ അതൊന്നു വിടർത്തി മൂക്കോട് ചേർത്ത് അതിന്റെ ഗന്ധം ആസ്വദിക്കും. അതുകൊണ്ട് വിജ്ഞാനമൊന്നും വർദ്ധിക്കില്ല. പക്ഷേ നമ്മൾ ആ പുസ്തകവുമായി വളരെയധികം സ്നേഹബന്ധത്തിലാകും.

രവീന്ദ്രനാഥടാഗോറിന്റെ ഗീതാഞ്ജലി നൊബേൽ സമ്മാനം ലഭിച്ച കൃതിയാണെന്ന് കുട്ടിക്കാലത്തു തന്നെ കേട്ടിട്ടുണ്ട്.

യൂണിവേഴ്സിറ്റി കോളജിൽ പഠിക്കാൻ ചേർന്ന കാലം. അവിടെ വിദ്യാർത്ഥികൾക്ക് പുസ്തകങ്ങൾ വിൽക്കുന്ന ചെറിയ കടയുണ്ടായിരുന്നു.

ആ ബുക്സ്റ്റാൾ സഹകരണ സംഘത്തിന്റെ കീഴിലുള്ളതായിരുന്നുവെന്നാണ് ഓർമ. അവിടെ വച്ചാണ് ആദ്യമായി ഞാൻ ടാഗോർ കൃതികൾ കാണുന്നത്. ആദ്യമായി കണ്ടത് 'ഗീതാഞ്ജലി' തന്നെ.

അതു കണ്ടപ്പോൾ തോന്നിയ നിർവൃതി ഇന്നും പറഞ്ഞറിയിക്കാൻ കഴിയില്ല.

രണ്ടു രൂപയായിരുന്നു ആ കൃതിക്ക് വിലയിട്ടിരുന്നത്. അന്ന് രണ്ടു രൂപയെന്നത് വലിയ വിലയാണ്. എണ്ണിച്ചുട്ട അപ്പം പോലെ കുറച്ചു പണവുമായി വന്ന് ഹോസ്റ്റലിൽ താമസിച്ചു പഠിക്കുന്ന ഒരു വിദ്യാർത്ഥിക്ക് അത് വലിയ തുക തന്നെയാണ്.

പിന്നീട് പണമുണ്ടാക്കാനുള്ള വഴികൾ ആലോചിച്ചു. മനസ്സിൽ ഒന്നും തന്നെ തെളിഞ്ഞു വന്നില്ല.

അപ്പോഴാണ് ഉച്ചയൂണ് കുറച്ചു ദിവസം വേണ്ടെന്ന് വച്ചാൽ ആ തുകയുമായി പുസ്തകം വാങ്ങാമല്ലോയെന്ന് ചിന്തിച്ചത്.

അങ്ങനെ രണ്ടു മൂന്ന് ദിവസത്തെ ഉച്ചഭക്ഷണം വേണ്ടെന്നുവച്ച് 'ഗീതാഞ്ജലി' വാങ്ങി.

പാളയത്ത് ഏതു നിമിഷവും പോലീസ് പൂട്ടിക്കാവുന്ന ഒരു പുസ്തക ശാലയുണ്ടായിരുന്നു. എന്തും വരട്ടെ എന്ന മട്ടിൽ ഒരാളതു നടത്തിക്കൊണ്ടു പോയി. ധാരാളം പുസ്തകങ്ങളവിടെ വിൽക്കുന്നുണ്ടായിരുന്നു.

നിത്യേന ഞാനവിടെ പോകും. എന്റെ കൈയിൽ കാശൊന്നുമുണ്ടായിരുന്നില്ല. പുസ്തകത്തോടുള്ള എന്റെ അഭിനിവേശം ആ കടയുടമക്ക് മനസ്സിലായി.

ഒരിക്കൽ കടയുടമ എന്നോടു ചോദിച്ചു:

"പുസ്തകം വല്ലതും വേണോ?"

"എന്റെ കൈയിൽ പണമില്ല". ഞാൻ പറഞ്ഞു.

ഇഷ്ടമുള്ള പുസ്തകം അവിടെയിരുന്നു വായിച്ചു കൊള്ളാൻ അദ്ദേഹം എനിക്ക് അനുമതി നല്കി.

അങ്ങനെയാണ് ഞാൻ സ്വദേശാഭിമാനി രാമകൃഷ്ണപിള്ള എഴുതിയ 'കാറൽ മാർക്സിന്റെ ജീവചരിത്രം' വായിക്കുന്നത്.

ആറ് അണ വിലയുള്ള ആ പുസ്തകം ഒറ്റമണിക്കൂറിൽ ഞാൻ വായിച്ചു തീർത്തു. അന്ന് ക്ലാസ്സിൽ കയറിയതുമില്ല. പിന്നീട് കുറേക്കാലം കഴിഞ്ഞ് ഞാനതിന്റെ ഒരു കോപ്പി വാങ്ങി.

എന്താണ് പുസ്തക വായന നമ്മിൽ സൃഷ്ടിക്കുന്നത്? പലരും സംശയത്തോടെ ചോദിക്കാറുണ്ട്.

എനിക്കതിനു വ്യക്തമായ ഉത്തരമുണ്ട്. പ്രധാനമായും ഓരോ പുസ്തകം വായിക്കുമ്പോഴും നമ്മുടെ ഉൾക്കാഴ്ച പൊടുന്നനേ വലുതാകുന്നുവെന്നതാണ്.

നമ്മുടെ മനസ്സിന്റെ സ്ക്രീനും വലുതാകുന്നു.

കടൽത്തീരത്തു ചെന്നുനിന്ന് അതിനപ്പുറമുള്ള രാജ്യങ്ങളിലെ ജനതയെക്കുറിച്ച് നമ്മൾ ആലോചിക്കുന്നതു പോലെ പുസ്തകത്താളുകളിലെ വരികളിലൂടെ നമ്മൾ കാണുന്നത് വിശ്വജനതയെയാണ്.

ജീവിതം ദുഃഖദുരിതങ്ങളുടെ കടലാണെങ്കിൽ ആശ്വാസത്തിന്റെ പച്ചത്തുരുത്തുകളാണ് പുസ്തകങ്ങൾ.

ചിലർക്ക് ഈ ആശ്വാസം പകരുന്നത് വേദപുസ്തകങ്ങളോ തത്ത്വചിന്തകളോ ആകാം. ശാസ്ത്രഗ്രന്ഥങ്ങളുമായിക്കൂടെന്നില്ല. ചിലർക്കത് നോവലോ കവിതയോ ആവാം.

രണ്ടാം ലോകമഹായുദ്ധകാലത്ത് കേരളത്തിൽനിന്ന് ആസാമിലേക്കു വണ്ടികയറിയ കൂലിപ്പണിക്കാരും പട്ടാളക്കാരും തങ്ങളുടെ തകരപ്പെട്ടികളിൽ പൊന്നുപോലെ സൂക്ഷിച്ചിരുന്ന ഒരു പുസ്തകമാണ് 'രമണൻ' എന്നുകേട്ടിട്ടുണ്ട്.

പ്രവാസികളായ കേരളീയർക്ക് ആയിടയ്ക്ക് ആശ്വാസം പകർന്നൊരു കഥാപുസ്തകമാണ് 'ബാല്യകാലസഖി'. ആ കൂട്ടത്തിൽ 'ഓടയിൽനിന്നും' 'നാടൻപ്രേമവും' ഉണ്ടായിരുന്നു. ഈ പ്രശസ്തി രണ്ടിടങ്ങഴിക്കും ചെമ്മീനിനും പിൽക്കാലത്ത് കൈവന്നു.

ഇങ്ങനെ ഓരോ ഭാഷക്കാർക്കും ചില പുസ്തകങ്ങളെപ്പറ്റി പറയാനുണ്ടാകും. എഴുത്തച്ഛന്റെ അധ്യാത്മരാമായണത്തിന്റെ പുതിയൊരു കോപ്പി വാങ്ങിക്കൊണ്ടുവന്നാൽ മതി. മറ്റൊന്നും വേണ്ട എന്ന് വിദേശവാസിയായ മകനെഴുതുന്ന ഒരമ്മയെപ്പറ്റി എൻ വിയുടെ ഒരു കവിതയുണ്ട്.

നമുക്കുമുണ്ട് ജീവിതത്തെ രൂപപ്പെടുത്തുന്നതിൽ വലിയ പങ്കുവഹിച്ച പുസ്തകങ്ങൾ. എന്നാൽ, ഈ പുസ്തകങ്ങൾ മുമ്പ് താളിയോലപ്പകർപ്പുകളായി അപൂർവം ചില ഗ്രന്ഥപ്പുരകളിലായിരുന്നു.

വീട്ടിലൊരു വായന മുറിയില്ലാത്തവരുടെയും ജനൽപ്പടികളിലും മേശപ്പുറങ്ങളിലും ചുമർത്തട്ടുകളിലിമൊക്കെയായി അവർ നമ്മുടെ ബന്ധുക്കളായി ഒപ്പമുണ്ട്.

പത്തിതിരിക്കാതെ ഗദ്യം പോലെ ഈരടികൾ പരത്തിനിരത്തി അച്ചടിച്ച രാമായണമാണ് കുട്ടിക്കാലത്ത് വായിച്ചിരുന്നത്. ഓരോ ഈരടിയും കഴിയുമ്പോൾ ഒരു നക്ഷത്രചിഹ്നം ചേർത്തിരുന്നത് ഇന്നുമോർക്കുന്നു.

പുസ്തകങ്ങൾ കൊണ്ട് വിശപ്പടക്കിയ കാലം

ടി പത്മനാഭൻ

എന്റെ ജീവിതത്തിൽ വലിയ സ്വാധീനമുണ്ടാക്കിയത് വായനയാണ്.

വായന നന്നേ ചെറുപ്പത്തിൽ തന്നെ ഭ്രാന്തമായ ഒരാവേശമായിരുന്നു. പുസ്തകങ്ങൾ കൊണ്ട് വിശപ്പടക്കിയ കാലമായിരുന്നു അത്.

ഭൗതികമായ ഇല്ലായ്മകളെ മറികടന്നത് വായനയിലൂടെയായിരുന്നു. വീട്ടിൽ എല്ലാവരും വായനക്കാരായിരുന്നു. പ്രത്യേകിച്ചും സ്ത്രീകൾ.

പലപ്പോഴും ഒരു പുസ്തകം കിട്ടിയാൽ ആരാണ് അത് ആദ്യം വായിക്കുക എന്ന കാര്യത്തിൽ തർക്കമുണ്ടാകുമായിരുന്നു.

ഒളിച്ചുവെച്ചും പരസ്പരം കാണാതെയും ഞങ്ങൾ പുസ്തകം ആർത്തിയോടെ വായിച്ചു.

അതിലേറെയും നോവലുകളായിരുന്നു. തമിഴിൽ നിന്നും ഇംഗ്ലീഷിൽ നിന്നും തർജമ ചെയ്യപ്പെട്ട ഡിറ്റക്റ്റീവ് നോവലുകൾ. പരിമള, രാജമ്മാൾ, അംഗനാചുംബനം

തുടങ്ങിയ പേരുകൾ ഇപ്പോഴും ഓർമ്മയിലുണ്ട്.

എലിമെന്ററി സ്കൂൾ കടക്കുന്നതിനു മുമ്പ് അന്ന് മലയാളത്തിലുണ്ടായിരുന്ന മിക്ക നോവലുകളും വായിച്ചു തീർത്തു.

സ്കൂളിൽ പഠിച്ചു കൊണ്ടിരിക്കുമ്പോൾ ഞാൻ നാലപ്പാടൻ വിവർത്തനം ചെയ്ത വിക്ടർ യൂഗോയുടെ 'പാവങ്ങൾ' പൂർണമായും വായിച്ചു തീർത്തു.

കൊച്ചു കുട്ടിയായ എനിക്ക് 'പാവങ്ങൾ' വായിക്കാൻ തന്നത് ഗുരുനാഥൻ വാഴയിൽ ഗോവിന്ദൻ വൈദ്യരാണ്. സാഹിത്യത്തിന്റെ നിത്യഭാസുരമായ ലോകത്തേക്ക് എന്നെ കൂട്ടിക്കൊണ്ടു പോയതും അദ്ദേഹമായിരുന്നു.

ഞാൻ ജനിച്ചുവളർന്ന പള്ളിക്കുന്ന് വളരെ മുമ്പു തന്നെ സാഹിത്യത്തിലും സംസ്കാരത്തിലും ആഴത്തിൽ അടയാളപ്പെടുത്തിയ നാടാണ്.

ശങ്കരകവിയും ചെറുശ്ശേരിയും മുതൽ വി ഉണ്ണികൃഷ്ണൻ നായർ വരെയുള്ളവരുമായി ബന്ധപ്പെട്ടു കിടക്കുന്ന പള്ളിക്കുന്നിലെ മിക്ക വീടുകളിലും പുസ്തകങ്ങളുണ്ടായിരുന്നു. ആളുകൾ പൊതുവെ വായിക്കുന്നവരായിരുന്നു.

സാമാന്യം നല്ല ഗ്രന്ഥശേഖരമുണ്ടായിരുന്ന കണ്ണൂർ സെൻട്രൽ ജയിൽ ലൈബ്രറിയിൽ നിന്ന് അവിടുത്തെ പരിചയക്കാരായ ഉദ്യോഗസ്ഥർ മുഖേന പുസ്തകങ്ങൾ കിട്ടാനുള്ള സൗകര്യം എനിക്കുണ്ടായിരുന്നു.

അതുപോലെ ചിറക്കൽ രാജാസ് സ്കൂളിൽ നിന്നും. നല്ല കുറേ വായനശാലകളും അന്നുണ്ടായിരുന്നു. കൊറ്റാളിയിലെ ദേശാഭിവർദ്ധിനി വായനശാല, ഉദയം കുന്നിലെ ടാഗോർ സ്മാരക വായനശാല, ഇടച്ചേരിയിലെ 'ചെത്തുമുക്കി'ലെ വായനശാല. അവിടെ ചെന്നിരുന്നാണ് വായന. പുസ്തകങ്ങൾ വീട്ടിലേക്ക് കൊണ്ടുവരണമെങ്കിൽ അംഗമാകണമല്ലോ. ഞാൻ ഒരിടത്തും അംഗമായിരുന്നില്ല.

രസകരമായ ഒരുകാര്യം കൂടിയുണ്ട്. ഈ വായനശാലകളിൽ നിന്ന് ഞാൻ കാര്യമായ സാഹിത്യ ഗ്രന്ഥങ്ങളൊന്നും വായിച്ചില്ല.

എല്ലാം രാഷ്ട്രീയ ഗ്രന്ഥങ്ങൾ. ഇന്ന് കൊല്ലങ്ങൾക്കുശേഷം അതിനെക്കുറിച്ചെല്ലാം ഓർക്കുമ്പോൾ ഒരു പ്രത്യേകത ഞാൻ

കാണുന്നു. ആ വായനശാലകളുടെയെല്ലാം പിന്നിൽ പ്രവർത്തിച്ചവർ തൊഴിലാളി സഖാക്കളായിരുന്നു.

അറിവിന്റെ വെളിച്ചം നാട്ടുകാരിലെത്തിക്കുക എന്നതായിരുന്നു അവരുടെ ലക്ഷ്യം. ഇത് നേടുന്നതിൽ അവർ വിജയിക്കുകയും ചെയ്തു.

കഥ കേട്ടുണർന്ന നാളുകൾ

എം ടി വാസുദേവൻ നായർ

കുടല്ലൂരിൽനിന്നും കുമരനെല്ലൂർ ഹൈസ്കൂളിലേക്ക് ആറു നാഴികയുണ്ട്.

പഴയകാലത്തെ കണക്കാണ് അതിലും കൂടുതലുണ്ടെന്ന് ഇപ്പോൾ എനിക്ക് തോന്നാറുള്ളത്.

ഞങ്ങൾ മാലമക്കാവ് അമ്പലവട്ടത്തിലെത്തുമ്പോഴേക്ക് അവിടെനിന്ന് ഒരധ്യാപകനും കുറച്ച് കുട്ടികളും പുറപ്പെട്ടിട്ടുണ്ടാവും.

വെളുത്തുതടിച്ച വാസുണ്ണിനമ്പ്യാർ മാസ്റ്റർ.

ഫുൾകൈ ഖദർഷർട്ട്. മൂക്കിൽനിന്ന് തെറിച്ച് നിൽക്കുന്ന രോമങ്ങൾ. പൊടിവലി. അദ്ദേഹത്തിന്റെ ചിത്രം ഇപ്പോഴും മനസിലുണ്ട്. മാസ്റ്റർ ധൃതിയിൽ നടക്കുന്നതുകൊണ്ട് സംഘം പറക്കുളം കുന്നികയറി പടിഞ്ഞാറങ്ങാടി വഴി വേഗം സ്കൂളിലെത്തുന്നു.

അദ്ദേഹം എനിക്കു ക്ലാസെടുത്തിട്ടില്ല.

ഏഴാം ക്ലാസിൽ പഠിക്കുമ്പോൾ മറ്റൊരധ്യപകൻ വന്നു. ചേരാത്തതിനാൽ പകരം ഒരിക്കൽ നമ്പ്യാർമാസ്റ്റർ വന്നു. പഠനവർഷത്തിന്റെ ആരംഭമാണ്.

പാഠം തുടങ്ങുന്നതിനുപകരം അദ്ദേഹം ഒരു കഥ പറയാനായിരുന്നു ഭാവം. കഥ തുടങ്ങിയപ്പോൾ പലർക്കും താൽപര്യം തോന്നിയില്ല. പക്ഷേ പിന്നീട് എല്ലാവരും നിശബ്ദരായി ശ്രദ്ധിക്കാൻ തുടങ്ങി.

കുട്ടിയെ വിവാഹം കഴിക്കാൻ ഒരുങ്ങുന്ന ചെറുപ്പക്കാരനെ അറസ്റ്റു ചെയ്ത് നാടുകടത്തുമ്പോഴേക്ക് മണിയടിച്ചു.

എഡ്മൺട് ഡാൻതേയ്ക്ക് എന്തു സംഭവിച്ചു?

കഥ കൗണ്ട്ഓഫ് മോൺടി ക്രിസ്റ്റോ ആയിരുന്നു.

അടുത്ത കുറെ ദിവസങ്ങളിൽ പലപ്പോഴായി പകരംവന്ന മാസ്റ്റർ കഥതുടർന്നു. അപ്പോഴേക്കും ശരിക്കുള്ള മാസ്റ്റർ വന്നു.

കഥ പിന്നെയും ബാക്കി. വൈകുന്നേരത്തെ ഒരു മടക്കയാത്രക്കിടയിലാണ് അദ്ദേഹം മോൺടി ക്രിസ്റ്റോവിന്റെ പ്രതികാരകഥ അവസാനിപ്പിച്ചത്.

ക്ലാസുമുറിയിൽ ഇരുന്ന് കഥ കേൾക്കുന്നതാണ് ഉത്തമം. പക്ഷെ നിവൃത്തിയില്ല. അതുകൊണ്ട് സ്കൂൾ വിട്ടുള്ള മടക്കയാത്രയിൽ കഥകേൾക്കാൻ ഞാനടക്കം ചിലർ മാസ്റ്ററുടെ കൂടെക്കൂടി അപ്പോയേക്കും ഹൈസ്കൂളിനടുത്ത് ഞാനും ജേഷ്ഠനും താമസം തുടങ്ങിയിരുന്നു.

എസ്എസ്എൽസി പരീക്ഷ കഴിഞ്ഞിരിക്കുന്ന കാലത്താണ് പാഠപുസ്തകമല്ലാത്ത ഒരു കഥാപുസ്തകം വായിക്കുന്നത്.

അതെന്റ മുമ്പിലേക്കിട്ടുതന്നത് അന്നു ഹൈസ്കൂൾ അധ്യാപകനായിക്കഴിഞ്ഞ എന്റെ മൂത്ത ജേഷ്ഠ്യനാണ്. തോമസ് ഹാർഡിയുടെ റിട്ടേൺ ഓഫ് നേറ്റീവ് ആയിരുന്നു അത്.

പിന്നെയാണ് 'കൗണ്ട് ഓഫ് മോണ്ടിക്രിസ്റ്റോ' വീട്ടിലെത്തുന്നത്. അറിയുന്ന കഥയാണ്. വീണ്ടും വായിക്കണോ?

രണ്ട് കോളമായി എഴുനൂറ് പേജുകളുള്ള തടിയൻ പുസ്തകം വലിയ പ്രതീക്ഷയൊന്നുമില്ലാതെയാണ് വായന തുടങ്ങിയത്. വരാൻപോകുന്ന സംഭവങ്ങളെല്ലാം കൃത്യമായി അറിയാം.

എന്നിട്ടും വായിച്ചപ്പോൾ അത്ഭുതം നിർത്താൻ കഴിയുന്നില്ല. കുളി, ഊണ്, നിത്യകർമങ്ങൾ എന്നിവയ്ക്ക് ഏറ്റവും കുറച്ച് സമയം നീക്കിവെച്ച് നാലോ അഞ്ചോ ദിവസംകൊണ്ട് അത് വായിച്ച് തീർത്തപ്പോൾ തീർന്നല്ലോ എന്ന കഠിനദുഃഖം കഥാപാത്രങ്ങളും നിർണായകനിമിഷങ്ങളും എന്റെ ഇരുട്ട് മുറിയിൽ കൂടെയുണ്ട്.

വായനയുടെ ലഹരി ആദ്യമായി അനുഭവിച്ചത് ആദ്യ ദിവ

സങ്ങളിലായിരുന്നു.

അടുത്ത് 'ത്രീ മസ്കറ്റിയേഴ്സ്' കിട്ടി.

അതിനുമുമ്പ് 'ക്വീൻസ് നെക്‌ലസ്' എന്ന പേരിൽ പാഠപുസ്തകത്തിനായുള്ള ഒരു സംഗ്രഹം കിട്ടിയിരുന്നു. വായിച്ചപ്പോൾ ഒരു രസവും തോന്നിയില്ല. വലിയ പുസ്തകം കിട്ടി വായന തുടങ്ങിയപ്പോൾ മുമ്പേ ഞാൻ പരിചയപ്പെട്ട ഏത്തോനും പോർത്തോനും ആരമീസും ഡിയാർട്ടഗ്നനും എല്ലാം ഇതാ എന്റെ കൂടെ.

അവരുടെ കൂടെ ഞാനും യുദ്ധംചെയ്തു. അപകടങ്ങളിൽപ്പെട്ടു. തലനാരിഴയ്ക്കു രക്ഷപ്പെട്ടു.

അതിന്റെ തുടർച്ചയായി വന്ന വാല്യങ്ങൾ തേടിപ്പിടിക്കൽ ജീവിതത്തിന്റെ ലക്ഷ്യങ്ങളിലൊന്നായി മാറി.

വായന പിന്നീട് ആവശ്യമായി, ആനന്ദമായി, ചിലപ്പോൾ ജീവിതത്തിലെ രൂക്ഷമായ പ്രശ്നങ്ങളിൽനിന്നുള്ള ഒളിച്ചോട്ടത്തിനുള്ള ഉപാധിയുമായി.

പറക്കുളം കുന്നുകളിലൂടെ നടന്ന് കഥപറഞ്ഞുതന്ന ആ അധ്യാപകൻ പണ്ഡിതനോ പ്രശസ്തനോ ഒന്നുമായിരുന്നില്ല. പുസ്തകം വായിച്ചിരുന്ന ഒരധ്യാപകൻ മാത്രം.

പുസ്തകങ്ങളുടെ അത്ഭുതലോകത്തിലേക്ക് കടന്നുചെല്ലാനുള്ള തങ്കത്താക്കോൽ കാണിച്ചുതന്ന ആ അധ്യാപകനോട് എന്നും ഞാൻ കടപ്പെട്ടിരിക്കുന്നു.

തുടക്കം ‘രാമായണ’ത്തിൽ

സുഗതകുമാരി

മുത്തശ്ശി ചൊല്ലിത്തന്ന പാട്ടും പറഞ്ഞുതന്ന കഥകളും കേട്ടാണ് ഞാൻ വളർന്നത്. ഇന്നുള്ളതുപോലെ ടിവിയോ, കമ്പ്യൂട്ടറോ, പുസ്തകങ്ങളോ ഇല്ലാതിരുന്ന കാലം.

എന്റെ കുഞ്ഞുബുദ്ധി മുത്തശ്ശിയുടെ വായിൽ നിന്നും വീഴുന്നത് എന്തും ഒപ്പിയെടുക്കും.

മുത്തശ്ശി രാമായണം ഈണത്തിൽ ചൊല്ലും. അതിലെ വരികൾ അർത്ഥമറിയാതെയാണെങ്കിലും കാണാതെ പഠിക്കും.

അഞ്ചാം വയസ്സിൽ അക്ഷരം കൂട്ടിവായിക്കാൻ തുടങ്ങിയപ്പോൾ എന്റെ കയ്യിൽ വച്ചുതന്ന ആദ്യപുസ്തകവും രാമായണം തന്നെ. ആകർഷകമല്ലാത്ത, ചിത്രങ്ങളില്ലാത്ത, മഞ്ഞക്കടലാസ്സിലുള്ള തടിയൻ പുസ്തകം.

പിന്നെ കിട്ടിയത് കുമാരനാശാന്റെ ശ്രീബുദ്ധചരിതം. വരികളുടെ അർത്ഥം മനസ്സിലാകാതെയാണെങ്കി

ലും രാമായണവും ബുദ്ധചരിതവും വായിച്ചപ്പോൾ ഒരുതരം ആനന്ദം അനുഭവപ്പെട്ടിരുന്നു.

ഒരുതരം വികാരാവേശം. ഇന്നത്തെ പോലെ ചിത്രങ്ങളില്ലാത്ത പുസ്തകങ്ങളാണവ.

ചിത്രങ്ങളില്ലാത്തിടത്ത് ഭാവന വികസിക്കും. ചിത്രങ്ങളിലൊതുങ്ങില്ല കുട്ടികളുടെ ഭാവന.

ഇന്ന് ടെലിവിഷന് മുന്നിലിരുന്ന് കണ്ട് കണ്ട് ഭാവന മങ്ങുന്നു.

വായന ഭാവനാലോകത്തേക്ക് നയിക്കും.

ആ ലോകത്തേക്ക് ചിത്രങ്ങളിലൂടെ എത്താൻ കഴിയുമോ? ഭാഷയുടെ മാധുര്യമറിഞ്ഞ് രസിക്കുവാൻ വായനകൊണ്ട് കഴിയും. എന്റെ കുട്ടിക്കാലം ഇങ്ങനെയൊക്കെയായിരുന്നു.

പുസ്തകങ്ങളെ ആർത്തിയോടെ സമീപിച്ച കാലം, ആവേശത്തോടെ വായിച്ചിരുന്ന കാലം.

സ്കൂളിൽ ആഴ്ചയിൽ ഒരു പിരീഡ് സാഹിത്യസമാജമുണ്ടാകും. കവിതചൊല്ലലും അക്ഷരശ്ലോകമത്സരവും അവിടെ നടക്കും. എത്രയെത്ര ശ്ലോകങ്ങളാണ് കാണാതെ പഠിച്ചത്.

ശ്ലോകങ്ങൾ ഉരുവിടുന്നത് ഭാഷാശുദ്ധി കൈവരിക്കാൻ സഹായിക്കും. നല്ല ഭാഷ തെറ്റുകൂടാതെ സംസാരിക്കാൻ കഴിയുന്നതും ഒരു ശേഷിയല്ലേ?

മലയാളത്തെ സ്നേഹിക്കുന്ന ഒരു തലമുറ വളർന്നുവരണം. മിടുക്കന്മാരെല്ലാം മലയാളം ഉപേക്ഷിക്കുന്ന കാലമാണിത്.

കുറച്ച് കുട്ടികളെങ്കിലും മലയാളത്തെ സ്നേഹിക്കാനുണ്ടാകണം. അതിനുപാകത്തിൽ ബാലസാഹിത്യങ്ങളുണ്ടാകണം. കളർചിത്രങ്ങൾ കൊണ്ട് കുട്ടികളുടെ വായനാനുഭവം ന ഷ്ടപ്പെടുത്തരുത്.

മലയാളത്തിലെ ബാലസാഹിത്യം ഇതര ഭാഷകളിലെ ബാലസാഹിത്യവുമായി തട്ടിച്ചുനോക്കിയാൽ വളരെ പിറകിലാണ്. ഇത് മാറണം. നമ്മുടെ കുഞ്ഞുങ്ങളുടെ ഭാവനകൾക്ക് തിളക്കം കൂട്ടുന്ന സാഹിത്യവും കലയുമുണ്ടാകണം.

വായനയുടെ സ്വർഗത്തിൽ

കാക്കനാടൻ

വായന എന്നും ലഹരിയായിരുന്നു. കുട്ടിക്കാലം മുതലുള്ള ശീലമാണത്.

വീട്ടിലെ അന്തരീക്ഷത്തിൽ നിന്നാണ് വായനയോടുള്ള താൽപര്യം ജനിച്ചത്. അച്ഛൻ സുവിശേഷകനായിരുന്നു. അദ്ദേഹത്തിന് വലിയൊരു ഗ്രന്ഥശേഖരമുണ്ട്.

നന്നായി വായിക്കുകയും ഞങ്ങളെ വായിക്കാൻ പ്രേരിപ്പിക്കുകയും ചെയ്യുമായിരുന്നു അച്ഛൻ. എല്ലാ വിഷയത്തിലുമുള്ള പുസ്തകങ്ങൾ ചെറുപ്പത്തിൽ വായിച്ചു തുടങ്ങി.

കഥകളും കവിതകളും മാത്രമല്ല, തത്വശാസ്ത്രഗ്രന്ഥങ്ങളും അതിൽപെടും. അതിൽ നിന്നെല്ലാം ഉൾക്കൊള്ളേണ്ടത് ഉൾക്കൊള്ളാനും തള്ളേണ്ടത് തള്ളാനും ആദ്യംമുതൽക്കേ ശീലിച്ചു.

വായനയിൽ സെലക്ടീവായത് കോളേജ് പഠനകാലത്തോടെയാണ്.

ഞാൻ വളരുന്നതോടൊപ്പം എന്റെ വായനയും വളർന്നു. മാതൃഭാഷ വിട്ട് മറുഭാഷകളിലേക്ക് അത് വളർന്നു.

വലിയ എഴുത്തുകാരുടെ രചനകൾ വായിച്ച് അത്ഭുതംകൂറി. ഡോസ്റ്റോവ്സ്കിയെ വായിച്ചപ്പോൾ പുതിയൊരു ലോകമാണ് അനുഭവിച്ചത്.

ബൽസാക്ക് അക്ഷരാർത്ഥത്തിൽ അമ്പരപ്പിച്ചു. നാല് വർഷം കൊല്ലം എസ് എൻ കോളേജിലാണ് പഠിച്ചത്. നാല് ഷേക്സ്പിയർ കൃതികളാണ് ക്ലാസ്സിൽ പഠിക്കാനുണ്ടായിരുന്നത്.

ഇക്കാലം കൊണ്ട് മുഴുവൻ ഷേക്സ്പിയർകൃതികളും ഞാൻ വായിച്ചിരുന്നു.

ഇപ്പോഴത്തെ തലമുറ വായനയുടെ കാര്യത്തിൽ വളരെ പിന്നിലാണ്. എന്തെങ്കിലും നാലക്ഷരം എഴുതി എഴുത്തുകാരനായാൽപിന്നെ വായിക്കുന്നതുതന്നെ കുറച്ചിലായി കാണുന്നവരാണ് അവരിൽ പലരും.

ഞങ്ങൾ ഒറ്റയ്ക്കും ചിലപ്പോൾ കൂട്ടായിരുന്നും വായിക്കുകയും ചർച്ചചെയ്യുകയും ചെയ്തിരുന്നു.

വായന എനിക്ക് ജീവിതവ്രതമാണ്. കണ്ണിനുള്ള ചില പ്രയാസങ്ങൾ കണക്കിലെടുക്കാതെയും വായിക്കും. എന്നോടൊപ്പമേ എന്റെ വായനശീലവും അവസാനിക്കൂ.

പുസ്തകങ്ങൾ ഗുരുക്കന്മാർ

സി രാധാകൃഷ്ണൻ

എന്തിനാണ് പുസ്തകം വായിക്കുന്നത്? കൂട്ടുകാർ ആലോചിച്ചിട്ടുണ്ടോ?

മണ്ണ് ചവിട്ടിക്കുഴച്ച് ചൂളയിൽ വെച്ച് പാത്രങ്ങളുണ്ടാക്കുന്നതുപോലെ നമ്മുടെ മനസ്സിനെ സംസ്കരിച്ച് മനോഹരമാക്കാൻ അവയ്ക്ക് കഴിയും.

അതുകൊണ്ട് നമ്മുടെ ഗുരുക്കന്മാർ തന്നെയാണ് പുസ്തകങ്ങൾ, അനൗപചാരിക ഗുരുക്കന്മാർ.

എട്ടുകാലിയെ ശ്രദ്ധിച്ചിട്ടുണ്ടോ? പ്രാകൃതമായ ശരീരമാണതിന്. എന്നാൽ ഈ ശരീരമുപയോഗിച്ച് ഇരകളെ പിടിക്കാനുള്ള വല നെയ്തുണ്ടാക്കാൻ എട്ടുകാലിക്കാവും. എന്തുമനോഹരമായ വലയാണത്.

തൂക്കണാംകുരുവിയുടെ കൂടു കണ്ടിട്ടുണ്ടോ? എത്ര വിദഗ്ദമായാണ് അത് ഉണ്ടാക്കിയിരിക്കുന്നത്! തൂക്കണാംകുരുവി കോളേജിൽ പോയി എൻജിനിയറിങ് പഠിച്ചിട്ടൊന്നുമില്ലല്ലോ.

മയിൽ മനോഹരമായി നൃത്തം ചെയ്യുന്നു. കുയിൽ മധുരമായി പാടുന്നു. ഇവയ്ക്കെല്ലാം ജന്മനാ ഉള്ള ഗുണവിശേഷങ്ങളാണതെല്ലാം.

എന്നാൽ മനുഷ്യക്കുഞ്ഞിന് ഈ വക കഴിവുകളൊന്നുമില്ല. എന്നാൽ ഒരു മെച്ചമുണ്ട്. അതിനെ എന്തും പഠിപ്പിക്കാം. അതിന് പറ്റിയ ഒരു സോഫ്റ്റ്‌വെയർ മനുഷ്യക്കുട്ടിയുടെ ഉള്ളിലുണ്ട്.

ചിലന്തിയെയോ മയിലിനെയോ കിളിയെയോ കുയിലിനെയോ പുതിയ ഒരു കാര്യവും പഠിപ്പിക്കാനാവില്ല. പാരമ്പര്യമായി പകർന്നുകിട്ടിയ വിദ്യ അവ പ്രയോഗിക്കുന്നുവെന്നേയുള്ളൂ.

കാലമെത്ര കഴിഞ്ഞാലും അതേ രീതിയിൽ മാറ്റമൊന്നുമില്ലാതെ ആവർത്തിക്കാനേ അവയ്ക്ക് കഴിയൂ.

എന്നാൽ മനുഷ്യക്കുഞ്ഞുങ്ങൾ അങ്ങനെയല്ല! അവർ പുതിയ കാലത്തിനൊത്ത് ഉയർന്നു പ്രവർത്തിക്കും.

കാലാനുസൃതമായ ഈ മാറ്റത്തെ ഉൾക്കൊള്ളുന്നതുകൊണ്ടാണ് മുനഷ്യൻ പുരോഗമിക്കുന്നത്. പുതിയ പുതിയ കാര്യങ്ങൾ കണ്ടെത്താനും ഉണ്ടാക്കാനും മനുഷ്യന് കഴിയും. അങ്ങനെ കഴിയണമെങ്കിൽ മനസ്സ് നിറയെ പുത്തൻ ആശയങ്ങൾ ഉണ്ടായിരിക്കണം.

ആശയങ്ങൾ എവിടെ നിന്ന് കിട്ടും?

അതിനാണ് പുസ്തകങ്ങൾ വായിക്കേണ്ടത്. നല്ല ഗുരുവാണ് നല്ല പുസ്തകങ്ങൾ. മുതിർന്നവരുടെ അനുഭവപാഠത്തിന്റെ രത്നച്ചുരുക്കമാണ് അവരെഴുതിയ പുസ്തകങ്ങളിലുള്ളത്.

ചെറിയ ക്ലാസുകളിൽ എന്നെ പഠിപ്പിച്ചവർ വലിയ മനുഷ്യരായിരുന്നു. വീട്ടിൽനിന്ന് കിട്ടിയതിന്റെ തുടർച്ച അവർ തന്നു.

ഹൈസ്കൂളിൽ ഈ ഗുരുകാരുണ്യം ഒരുപടികൂടി വികസിച്ചും കിട്ടി. അതൊന്നാണ് എഴുത്തിലേക്ക് എന്നെ തിരിച്ചുവിട്ടത്.

മലയാളം കോമ്പോസിഷൻ എഴുതിയ നോട്ടുപുസ്തകം ക്ലാസിൽ എല്ലാവർക്കും തിരകെ കിട്ടിയിട്ടും എനിക്കു കിട്ടാത്ത ആ ദിവസം മറക്കാവുന്നതല്ല.

കനത്ത ശിക്ഷയിൽ പ്രസിദ്ധനായ പത്മനാഭ പണിക്കർ സാർ, അവസാനം, നിർദ്ദേശിച്ചു: ടീച്ചേഴ്സ് റൂമിലേക്ക് വാ. അവിടുന്ന് തരാം.

രണ്ടു കൈകളും കവിളുകളും അടി ഏറ്റുവാങ്ങാൻ ഒരുക്കിയാണ് ചെന്നത്. ആദ്യം തന്നത് ഒരു ബിസ്കറ്റ്. എന്നിട്ട് നോട്ടുപുസ്തകം തുറന്നു കാണിച്ചു പറഞ്ഞു: ഇങ്ങനെ എഴുതാൻ എളുപ്പമല്ല. പക്ഷെ, ഒരക്ഷരം തെറ്റിച്ചിരിക്കുന്നു! കൈ നീട്ട്.

ഒട്ടും മോശമല്ലാത്ത ഒരു പൂശ്! കൂടെ ഒരു കൽപ്പനയും: ക്ലാസു വിട്ടാൽ ലൈബ്രേറിയിൽ വന്നേ പോകാവൂ.

തന്റെ ചുമതലയുള്ള ലൈബ്രേറിയിൽനിന്ന് പുസ്തകങ്ങൾ തെരഞ്ഞെടുത്ത് വായിപ്പിച്ച് അവയെപ്പറ്റി കുറിപ്പുകളെഴുതിച്ച് സ്വന്തമായ ഈരടികൾ കുറിപ്പിച്ച് അദ്ദേഹം വഴികാണിച്ചു.

ഉച്ചപ്പട്ടിണിക്കാരനായ ഞാൻ വീട്ടിലേക്ക് തളർന്നു നടക്കുമ്പോൾ തന്റെ സൈക്കിളും ഉന്തി കൂടെ നടന്ന് കാവ്യജീവിതവൃത്തിയും ധ്വനിപ്രകരണവും പഠിപ്പിച്ചു. ഉച്ചപ്പട്ടിണിക്കാരനായിരുന്നു അദ്ദേഹവും.

ഒന്നും തിരികെ മോഹിച്ചായിരുന്നില്ല. ഞാൻ ഒരെഴുത്തുകാരനായി കാണാൻ പോലും അദ്ദേഹത്തിന് ഇട കിട്ടിയില്ല.

അക്ഷരം കുറിക്കാൻ തുടങ്ങുമ്പോൾ എന്നും അദ്ദേഹത്തെയാണ് ഞാൻ ആദ്യം ഓർക്കാറ്. അദ്ദേഹം ഇതു വായിക്കും എന്ന് തോന്നാറുണ്ട്.

നല്ലതെന്തെങ്കിലും എഴുതിവച്ചാൽ ആ മുഖത്ത് ഒരു ചിരി പതിവുണ്ട്. അതാണ് ഇന്നും എന്റെ ലക്ഷ്യം.

ഭാവന ഉണർത്തുന്ന വായന

പ്രൊഫ. ബി ഹൃദയകുമാരി

അമ്മയുടെ നിഷ്കർഷയോടും വിമൻസ് കോളേജിന്റെ ഗ്രന്ഥശേഖരത്തോടും ഞാൻ കടപ്പെട്ടിരിക്കുന്നു

സ്കൂൾ കുട്ടിയായ എനിക്ക് വിമൻസ് കോളേജിൽ നിന്ന് കിട്ടിയ ഏറ്റവും വിലപ്പെട്ട അനുഭവം അവിടത്തെ പുസ്തകങ്ങൾ വായിക്കുകുയാണ്.

അമ്മ പതിവായി കോളേജ് ലൈബ്രറിയിൽനിന്ന്പുസ്തകങ്ങൾ എടുത്തുകൊണ്ടുവരും. സംസ്കൃത പുസ്തകങ്ങൾ തുടങ്ങി പലതും അമ്മയ്ക്ക്.

ചരിത്രഗ്രന്ഥങ്ങൾ അച്ഛന്. കഥാപുസ്തകങ്ങളും കവിതകളും എനിക്ക് പിന്നീടെപ്പോഴോ മുതൽ സുഗതയ്ക്കും കൊച്ചുക്ലാസുകളിൽ മനസിലാക്കാത്തുമായ പുസ്തകങ്ങൾ വായിച്ചുതുടങ്ങി.

പഞ്ചതന്ത്രകഥകൾ മുതൽ പത്മപുരാണം, വിഷ്ണുപുരാണം തുടങ്ങിയ ഗ്രന്ഥങ്ങൾ വരെ ഒരു തരംതിരിവുമില്ലാതെ വായിക്കും. വല്ലതും മനസ്സിലായോ എന്തോ.

എങ്കിലും ഭാവനയെ ഉണർത്തുന്ന എന്തൊക്കെയോ

അവയിൽ ഉണ്ടായിരുന്നു. ഇടിമുഴങ്ങുമ്പോൾ വിന്ധ്യപർവ്വത സാനുക്കളിൽ മരതക രത്നങ്ങൾ പൊട്ടിമുളച്ചുണ്ടാകുമെന്ന് ഒരു പുരാണത്തിൽ വായിച്ചു.

അവിടെയൊന്നു പോകാൻ എത്രനാൾ കൊതിച്ചു. മരതകം, മാണിക്യം, പുഷ്യരാഗം, ഇന്ദ്രനീലം തുടങ്ങിയ പേരുകൾ പരിചയപ്പെട്ടതും അവയെപ്പറ്റി പല പല സങ്കൽപങ്ങളുണ്ടാക്കാൻ തുടങ്ങിയതും അക്കാലത്താണ്.

അരിയും മാതളക്കുരുവും മഞ്ഞളും കൂടി വേവിച്ച ചോറ് അരച്ചു മുഖത്തു പുരട്ടിയാൽ സുന്ദരിയാകാമെന്നും ഒരു പുരാണത്തിൽ വായിച്ചത് പരീക്ഷക്കണമെന്ന് പലപ്പോഴും ആശിച്ചതാണ്. സാധിച്ചില്ല.

കോളേജിൽനിന്ന് കുട്ടിക്കാലത്ത് കിട്ടിയ പുസ്തകങ്ങളിൽ എന്നെ ഏറ്റവും ആകർഷിച്ചത് വീരസിംഹന്റെ കഥകളും ജപ്പാനെപ്പറ്റിയുള്ള ഒരു യാത്രാവിവരണവും ആഴിയുടെ അടിത്തട്ടിൽ എന്ന സാഹസിക കഥയുമായിരുന്നു.

വീരസിംഹകഥകൾ ഷെർലക് ഹോംസ് കഥകളുടെ ഭരതീകരിച്ച നല്ല വിവർത്തനമാണെന്ന് പിന്നീട് മനസിലായി.

ടാഗോറിന്റെ ജീവിത സ്മരണകളായിരുന്നു വീണ്ടും വീണ്ടും വായിച്ചിരുന്ന മറ്റൊരുപുസ്കതം. ഏഴെട്ടു വയസുമുതൽ മുപ്പതു വയസുവരെയെങ്കിയും ഞാനതു വായിക്കുമായിരുന്നു.

പുസ്തകങ്ങളെപ്പറ്റി പറഞ്ഞുതുടങ്ങിയാൽ അവസാനമില്ല. ഫെയറി കഥകളിൽക്കൂടി ഇംഗ്ലീഷിലുമെത്തി. കോളേജിൽ എത്തുന്നതിന് മുൻപുതന്നെ സ്റ്റീവൻസൺ, ജെയ്ൻ ഓസ്റ്റിൻ, ബ്രോൺടി സഹോദരിമാർ, ഡിക്കിൻസ് ഹാർഡി എന്നിങ്ങനെ നിരവധി ക്ലാസ്സിക്കുകളും മറ്റനേകം പുസ്തകങ്ങും പരിചിതമായി.

ഹൈസ്കൂൾ ക്ലാസുകളിൽ വച്ച് ഇവയൊക്കെ വായിക്കാൻ സാധിച്ചതിന് അമ്മയുടെ നിഷ്കർഷയോടും വിമൻസ് കോളേജിന്റെ ഗ്രന്ഥശേഖരത്തോടും ഞാൻ കടപ്പെട്ടിരിക്കുന്നു.

വായിക്കുന്നതൊക്കെ ഒരുവിധം മനസിലാകാനും ആസ്വദിക്കാനും ശീലിപ്പിച്ചത് അച്ഛനമ്മമാരും കോട്ടൺ ഹിൽ സ്കൂളിലെ അധ്യാപികമാരുമാരുമാണ്.

നന്മ വിതയ്ക്കാൻ നല്ലതുവായിക്കണം

യു എ ഖാദർ

പുതിയ തലമുറയിൽ വായന കുറയുന്നുണ്ടെന്നത് നേരാണ്. എന്നാൽ തീരെ ഇല്ലാതാവുമെന്ന് കരുതാനാവില്ല. ബാലപ്രസിദ്ധീകരണങ്ങളുടെ നിരവധി കോപ്പികൾ കുട്ടികൾക്കിടയിൽ പ്രചരിക്കുന്നുല്ലോ.

വായനയിൽ താൽപര്യം മാറിക്കൊണ്ടിരിക്കുന്നുണ്ട്. എന്തു വായിക്കണമെന്നും എങ്ങനെ വായിക്കണമെന്നും കൂട്ടുകാർക്ക് വ്യക്തതയുണ്ടാക്കിക്കൊടുക്കാൻ മുതിർന്നവർ ശ്രദ്ധിക്കണം.

നമ്മുടെ സാഹിത്യകാരന്മാരെക്കുറിച്ചോ അവരുടെ കൃതികളെക്കുറിച്ചോ വേണ്ടത്ര അറിവ് പുതിയ തലമുറയ്ക്കുണ്ടാവുന്നില്ല.

വൈക്കം മുഹമ്മദ് ബഷീറിനെ അറിയേണ്ടതുപോലെ കൂട്ടുകാർ അറിഞ്ഞിട്ടുണ്ടോ? ഭാഷയിലും സാഹിത്യത്തിലുമുണ്ടാകുന്ന പുതുമകളെക്കുറിച്ച് നന്നായി അറിവുണ്ടാകണം.

കുഞ്ഞുമനസ്സുകളിൽ ആത്മവിശ്വാസവും പ്രതികരണശേഷിയും വളർത്തുകയാണ് പ്രസിദ്ധീകരണങ്ങൾ ചെയ്യേണ്ടത്.

എന്നാൽ ഇപ്പോഴത്തെ പല മാസികകളും അവരുടെ മനസ്സിനെ മലിനമാക്കുകയാണ്. വെറും കച്ചവടമായി മാത്രമാണ് അത്തരക്കാർ പ്രസിദ്ധീകരണങ്ങളെ കാണുന്നത്.

അനീതിക്കെതിരെ പൊട്ടിത്തെറിക്കാനുള്ള ആവേശത്തെ തണുപ്പിക്കുകയാണവ ചെയ്യുന്നത്.

സ്റ്റണ്ട് സിനിമ കണ്ടുകണ്ട് വലിയ സംഘട്ടനവും കൊലപാതകവുമെല്ലാം നിസ്സാരമാണെന്ന് കരുതാൻ നമ്മുടെ മനസ്സ് ശീലിച്ചിരിക്കുന്നു.

മുമ്പ് ചൈനയിൽ ജോലിക്കുപോവുന്ന അമ്മമാർ കുഞ്ഞുങ്ങളെ ഉറക്കാൻ അവരുടെ ചുണ്ടുകളിൽ മയക്കുമരുന്ന് വെച്ചുകൊടുക്കുമായിരുന്നു.

കുഞ്ഞ് ഒന്നുമറിയാതെ മയങ്ങിക്കൊള്ളും. ദിവസം കഴിയുന്തോറും മയക്കുമരുന്നിന്റെ അളവുകൂടും.

താൽക്കാലികാവശ്യത്തിനായി അമ്മമാർ ചെയ്യുന്ന ഈ കാര്യം കുട്ടിയുടെ കരുത്തും കാന്തിയും കെടുത്തും. ഇതുപോലെ നിലവാരം കുറഞ്ഞ പ്രസിദ്ധീകരണങ്ങളും നമ്മുടെ കുട്ടികളുടെ മാനസികാരോഗ്യത്തെ നശിപ്പിക്കും.

വായന
പറക്കാൻ പഠിപ്പിച്ചു!

കെ പി അപ്പൻ

ചെറുപ്പം മുതൽതന്നെ ഞാൻ ഭിക്ഷ ചോദിച്ചിരുന്നു. ആഹാരമോ വസ്ത്രമോ അല്ല. പുസ്തകങ്ങൾ!

പുസ്തകങ്ങൾക്കുവേണ്ടി ഞാൻ വായനശാലകൾക്കു മുമ്പിൽ ചെന്നുനിന്നിരുന്നു.

കോളേജിൽ പഠിക്കുന്ന കാലത്ത് പുസ്തകങ്ങൾക്കു വേണ്ടി അധ്യാപകരുടെ വീടുകളിൽ ഞാൻ തെണ്ടി നടന്നു.

പുസ്തകങ്ങൾ എനിക്ക് സന്യാസിയുടെ ഭക്ഷണമാണ്. വായന എനിക്ക് ആത്മീയപ്രവർത്തനമാണ്.

വായന ഒരു ജന്മവാസനയാണ്. അത് ജന്മനാതന്നെ കിട്ടുന്ന അഭിരുചിയാണ്. നിങ്ങൾക്ക് പാട്ടുപാടാനറിയാമോ? ചിത്രം വരയ്ക്കാനറിയാമോ? നൃത്തം ചെയ്യാൻ കഴിയുമോ? എന്നു ചോദിക്കുന്നതുപോലെ തന്നെയാണ് വാ

യിക്കാനറിയാമോ എന്ന ചോദിക്കുന്നതും.

അതൊരു ഈശ്വരകലയാണ്.

മനുഷ്യൻ ലോകത്തെ അറിയുന്നതിന്റെ ഏറ്റവും വിലപ്പെട്ട ആധാരരേഖയാണ് പുസ്തകം. അതിന്റെ വായന വെറും അറിവല്ല തരുന്നത്. അത് തീയുടെ ദാഹകശക്തിയോടെ എന്റെ മനസ്സിലേക്ക് കടന്നുവരുന്നു. ഈ ലോകം വളരെ മെച്ചപ്പെട്ടതാണെന്ന കാഴ്ചയുടെ സ്ഥിതി എന്നെ വളരെ ആകർഷിക്കാറില്ല.

ലോകത്തിന്റെ രോഗസ്ഥിതിയാണ് വായനയിൽ എന്റെ മനസ്സിൽ തട്ടുന്നത്. ഇതോടൊപ്പം ലൗകികാവസ്ഥക്ക് അപ്പുറമുള്ളതിലേക്ക് വായന എന്നെ കൂട്ടിക്കൊണ്ടുപോകാറുണ്ട്. എഴുത്തിന്റെ ലോകം ചരിത്രം നിർണ്ണയിക്കുന്ന പരിധിയിൽ നിൽക്കുന്നില്ല. അതിനപ്പുറത്തേക്ക് പോകുന്നു.

അപ്പോൾ വായന എന്നെ പറക്കാൻ പഠിപ്പിക്കുന്നു. വിദേശ ഗ്രന്ഥങ്ങൾ എന്റെ വായനയിലേക്ക് ഒരുപാട് കടന്നുവരാറുണ്ട്. അവയെ സാംസ്കാരിക നിർമ്മിതികളായി ഞാൻ കാണുന്നു. എന്നാൽ വിദേശ സംസ്കാരപഠനം എന്ന നിലയിൽ മാത്രം ഞാൻ ആ പുസ്തകങ്ങൾ വായിക്കുന്നില്ല.

സർവജനസുഗ്രഹമായ ജീവിതാവസ്ഥ എന്ന നിലയിലാണ് എന്റെ വായന പലപ്പോഴും അതിനെ തിരിച്ചറിയുന്നത്. ഇതിനിടയിൽ എന്റെ വായനയെ തരിശാക്കുന്ന പുസ്തകങ്ങളും കടന്നുവരാറുണ്ട്.

പുസ്തകം എഴുതപ്പെട്ട ലോകമാണ്. എഴുതപ്പെട്ട ലോകം ഒരു വസ്തുവാണ്.

ആസ്വാദനത്തോടെ വായനയിലെ പുസ്തകത്തിന്റെ ജീവിതം പൂർണമാകുന്നില്ല. ഓരോ പുസ്തകവും സർഗാത്മകമായ വായന ആവശ്യപ്പെടുന്നുണ്ട്.

മാറ്റത്തിന് വിധേയമാകാൻ സന്നദ്ധമായി നിൽക്കുന്ന പ്രതിപാദനം കൂടിയാണത്. ഇതറിഞ്ഞുകൊണ്ടുള്ള വായനയാണ് എന്റേത്.

എന്റെ വായന ചിലപ്പോൾ സ്വപ്നം പോലെയാണ്. വായനയിലൂടെ പുസ്തകത്തിന്റെ അർത്ഥം തേടുമ്പോൾ എന്റെ മാനസികനില ഒരു സ്വപ്നത്തിന്റെ പ്രവചനാതീതമായ അവസ്ഥയായിത്തീരുന്നു.

സ്വപ്നം ഒരിക്കലും മുൻകൂട്ടി നിശ്ചയിക്കപ്പെടുന്നില്ല.

മുൻകൂട്ടി നിശ്ചയിക്കാൻ കഴിയാത്ത ഒരു അർത്ഥത്തെ എന്റെ വായന ആഘോഷിക്കാറുണ്ട്. അർത്ഥത്തിന്റെ ധ്വനിപരമായ അനിശ്ചിതത്വം സ്വപ്നത്തിന്റെ അനുഭവമാണ് എനിക്ക് തരാറുള്ളത്. സർറിയലിസ്റ്റിക് കൃതികൾ വായിച്ച അനുഭവം ഞാൻ ഓർക്കുന്നു.

ഭ്രമകൽപനകൾക്ക് പ്രാധാന്യം നൽകുന്ന കൃതികൾ ആസ്വദിച്ചത് ഓർക്കുന്നു. മാജിക് റിയലിസം ആസ്വദിച്ചത് ഓർമ്മയിൽ വരുന്നു. അപ്പോൾ ഞാൻ വായനക്കാരനല്ല. നിരൂപകനല്ല. സ്വപ്നം കാണുന്നവനാണ്. എന്നാൽ സ്വപ്നജീവിയല്ല.

ഇത് പൊതുധാരണകൾക്കപ്പുറത്ത് എന്റെ സാംസ്കാരിക ജിജ്ഞാസയെ കൊണ്ടുപോകുന്നു. സ്വപ്നം ജീവിതത്തോട് ചെയ്യുന്നതാണ് എന്റെ വായന പുസ്തകങ്ങളോട് ചെയ്യുന്നത്. ജോയിസും ഫോക്നറും നാഴികമണിയോട് ചെയ്തതാണ് എന്റെ വായന സാഹിത്യത്തെക്കുറിച്ചുള്ള പൊതുധാരണകളോട് ചെയ്യുന്നത്.

സാംസ്കാരികമായി ഒരു മുഖ്യധാരാ വായനക്കാവരനാവാൻ ഞാൻ ഇഷ്ടപ്പെടുന്നില്ല. വായിക്കുമ്പോഴും വിലയിരുത്തുമ്പോഴും നിലവിലുള്ള ബൗദ്ധിക മൂലധനത്തെ ഞാൻ പുറത്തുനിറത്തുന്നു.

സർവകലാശാലാ സംസ്കാരത്തിന് പുറത്തുള്ള അഭിരുചിയാണ് എന്റെ വായനയെ ഭരിക്കുന്നത്. സ്വന്തം സാംസ്കാരിക ദൃഢനിശ്ചയങ്ങളാണ് അവിടെ പ്രബലമായിത്തീരുന്നത്.

വായന സ്വയം മാനസിക പാഠരൂപങ്ങൾ സൃഷ്ടിക്കുകയാണ്. വായന ഉത്തരം പറയൽ പോലെ ഒന്നായിത്തീരുന്നു. വായന പ്രതിഭാഷണം നടത്തുന്നു. വെറുതെ വായിക്കുകയല്ല സംവാദാത്മകമായ വീക്ഷണത്തിലൂടെ വായിക്കുകയാണ്. സൃഷ്ടിയുടെ അനുഭവവും വായനയോടൊപ്പം സജീവമാകുന്ന അനുഭവവും വായനയോടൊപ്പം സജീവമാകുന്ന സാഹിത്യവിവേകവും തമ്മിലുള്ള സംവാദമാണത്.

ഈ സന്ദർഭത്തിൽ സാഹിത്യ സൂത്രവാക്യങ്ങളിൽ നിന്ന് സ്വതന്ത്രമായിക്കൊണ്ടിരിക്കുന്ന ഒരു സംസ്കാരത്തെ എന്റെ വായന സ്വയം സൃഷ്ടിക്കുകയാണ്. അത് വായനയുടെ കുതിപ്പാണ്.

ഓരോ പുതിയ പുസ്തകവും അതിനുമുമ്പുള്ള ദൈവങ്ങളെ സ്ഥാനഭ്രഷ്ടരാക്കുന്നു. അതിനാൽ വായന എനിക്ക് ഒരേസമയം ഈശ്വരകലയും ദൈവങ്ങളെ ഭ്രഷ്ടരാക്കുന്ന കലയുമാണ്. ഈ വിധമാണ് വായന എനിക്ക് വ്യക്തിപരമായ സാംസ്കാരിക പ്രവർത്തനമായി മാറുന്നത്.

പുസ്തകങ്ങൾ സ്നേഹപ്പാലങ്ങൾ

പ്രഫ. എസ് ശിവദാസ്

"മാമാ എന്നെപ്പറ്റി എഴുതണേ" ഒരു കൊച്ചുപെൺകുട്ടിയുടെ നേർത്ത ശബ്ദം ഞാൻ കേൾക്കുന്നു. ഇളം കാടിന്റെ മർമരംപോലൊരു ശബ്ദം. കൂടെ അവളുടെ അച്ഛന്റെ ചിരിയുടെ താളമേളവുമുണ്ട്.

ഓ, അത് ജയശ്രീയുടെ ശബ്ദമല്ലേ? അച്ഛന്റെ കൈയിൽ തൂങ്ങി ഒട്ടും നാണിക്കാതെ അവൾ ഞങ്ങളുടെ വീട്ടിലേക്ക് ഒരു ദിവസം കയറിവന്നു. ഞാൻ എഴുതിയ ഏതോ ഒരു പുസ്തകം വായിച്ചപ്പോൾ തന്നെ അവൾ പ്രഖ്യാപിച്ചുപോലും,

"എനിക്ക് ഈ പുസ്തകമെഴുതിയ മാമനെ ഉടനെ കാണണം". പുസ്തകം വഴി അങ്ങനെ രണ്ടു കുടുംബങ്ങൾ അടുക്കുകയായിരുന്നു.

അവൾ എന്നോട് കഥയെഴുതുന്നതിന്റെ രഹസ്യം

ചോദിച്ചറിഞ്ഞിട്ട് നേരെ അടുക്കളയിലേക്ക് കയറിച്ചെന്നു. സുമടീച്ചറുടെ കൈയിൽനിന്നും പലഹാരങ്ങൾ വാങ്ങി സ്വതന്ത്രമായി തിന്നുന്നതിനിടെ പഠനത്തിന്റെ രഹസ്യങ്ങളും ചോദിച്ചറിഞ്ഞു.

ഞങ്ങളുടെ വീട്ടിലെ പുസ്തകങ്ങളൊക്കെ ആ മിടുക്കി സാവധാനം വായിച്ചു. മിടുമിടുക്കിയായി വളർന്നു. പിന്നെ അനുജനെയും കൊണ്ടായി വരവ്.

പുസ്തകങ്ങളിലൂടെ അവർ വളർന്നു.

ഞങ്ങളുടെ സ്നേഹബന്ധവും വളർന്നു. അങ്ങനെ ചെറുപ്പത്തിൽ തന്നെ അനേകം ശാസ്ത്രഗ്രന്ഥങ്ങൾ വായിച്ചുവളർന്ന ആ കുട്ടികൾ പിന്നീട് പ്രഗത്ഭരായ ഡോക്ടർമാരായി.

ഇപ്പോൾ വിദേശത്ത് ഉന്നതനിലയിൽ കഴിയുന്നു. വായിച്ചു വളർന്നാൽ വിളയും എന്നു മാമൻ പറയുന്നത് ഇത്തരം കുട്ടികളുടെ കഥകൾ ഓർത്താണ്.

ജയിലിൽ നിന്നൊരു സ്നേഹപ്പാലം

പുസ്തകങ്ങൾ സ്നേഹപ്പാലമായി പ്രവർത്തിക്കും. കുട്ടികളുടെ മാത്രമല്ല, മുതിർന്നവരുടെ മനസ്സുകളും ആ സ്നേഹപ്പാലം വഴി ബന്ധിപ്പിക്കപ്പെടും.

അത് തെളിയിക്കുന്ന ഒരു കഥ പറയാം. വർഷങ്ങൾക്കുമുമ്പ് ഒരു ദിനം എനിക്കൊരു കത്തുകിട്ടി.

ഒരു ജയിലിൽ നിന്നായിരുന്നു കത്ത്. ഒരു കൊലക്കേസിൽ പ്രതിയായി ജീവപര്യന്തം ശിക്ഷ അനുഭവിക്കുന്ന ഒരാളുടെ കത്തായിരുന്നു അത്.

"സർ, ഞാൻ അങ്ങയുടെ മ്യൂനിച്ചിലെ സുന്ദരികളും സുന്ദരന്മാരും എന്ന പുസ്തകം വായിച്ചു. അത് എന്റെ മനസ്സിനെ മാറ്റിമറിച്ചു. 'മനുഷ്യൻ! എത്ര സുന്ദരമായ പദം' എന്ന ചൊല്ലിന്റെ ശരിയായ അർഥം അങ്ങയുടെ പുസ്തകം വായിച്ചപ്പോഴാണ് എനിക്ക് ശരിക്കും മനസ്സിലായത്....

എനിക്ക് ഒരപേക്ഷയുണ്ട്. ആ പുസ്തകത്തിന്റെ ഒരു കോപ്പി അങ്ങയുടെ കൈയൊപ്പിട്ട് എനിക്കയച്ചുതരണം. ശിഷ്ടകാല ജയിൽ ജീവിതത്തിൽ എനിക്ക് അതൊരു താങ്ങായിരിക്കും...".

ഞാൻ ആ കത്തു വായിച്ച് കരഞ്ഞുപോയി. ഉടൻതന്നെ ഒരു ബുക്ക് കൈയൊപ്പിട്ട് അദ്ദേഹത്തിന് അയച്ചു.

“അങ്ങ് അയച്ച പുസ്തകം കൈയിൽ കിട്ടിയപ്പോൾ ഞാൻ കരഞ്ഞുപോയി” എന്ന് അദ്ദേഹം പിന്നീടെഴുതി.

ഒന്നോ രണ്ടോ വർഷം കഴിഞ്ഞപ്പോൾ ആ ഗ്രന്ഥത്തിന് കേരള സാഹിത്യ അക്കാദമി അവാർഡ് ലഭിച്ചു.

ആ വാർത്ത വായിച്ചും അദ്ദേഹം സന്തോഷിച്ച് എനിക്കൊരു കത്തയച്ചു.

അക്കാദമി അവാർഡ്ദാനത്തോടനുബന്ധിച്ച് നടന്ന യോഗത്തിൽ വച്ച് ഞാൻ പറഞ്ഞു:

“എനിക്ക് ഈ ഗ്രന്ഥത്തിന് അക്കാദമി അവാർഡിലും വലിയ ഒരു അവാർഡ് ഒരു ജയിലിൽ നിന്നു നേരത്തെ ലഭിച്ചു!”

ജയിലിൽ നിന്നു ലഭിച്ച ആ കത്ത് എനിക്ക് ലഭിച്ച ഏറ്റവും വലിയ അവാർഡായി ഞാൻ ഇന്നും കരുതുന്നു.

കണ്ടോ? പുസ്തകത്തിന് എത്ര വലിയ ശക്തിയാണുള്ളത്. അത് ജയിലിൽ കഴിയുന്നവരെപ്പോലും സ്വാധീനിക്കുന്നു.

വായനയിലൂടെ, ആശയങ്ങളിലൂടെ, എല്ലാ മനുഷ്യരുടെയും മനസ്സിനെ കൂടുതൽ നല്ല, കൂടുതൽ മഹത്വമുള്ള, കൂടുതൽ മനോഹരമായ മനസ്സാക്കി മാറ്റാൻ പറ്റും.

കീയോ കീയോ കഥ!

പുസ്തകങ്ങളുമായി ബന്ധപ്പെട്ട ഓർമകൾ എത്ര പറഞ്ഞാലും തീരുകയില്ല. കഴിഞ്ഞ അമ്പതോളം വർഷങ്ങളുടെ ഓർമകളാണ് ഉള്ളിൽ തിങ്ങിവിങ്ങി നിൽക്കുന്നത്. അതിലൊന്നു കൂടി പറയാം.

കീയോ കീയോക്കഥയാണ്.

‘കീയോ കീയോ’ എന്ന പക്ഷിക്കഥ വാസ്തവത്തിൽ സംഭവകഥയാണ്.

അണ്ണാൻകുന്നിൽ നടന്ന കഥ. അത് നോവലാക്കുകയായിരുന്നു. ഒരു ഇരട്ടത്തലച്ചി കുടുംബത്തിന്റെ കഥയായിരുന്നു അത്.

ഇരട്ടത്തലച്ചിയമ്മക്ക് മക്കൾ രണ്ടായിരുന്നു. എന്റെ എഴുത്തുമുറിയുടെ ജനാലക്കരികിലുണ്ടായിരുന്ന മുല്ലയിലായിരുന്നു കൂട്.

ആ കുഞ്ഞുങ്ങളെ നിരീക്ഷിച്ച് ഞാനിരുന്നു. അവരുടെ സന്തോഷത്തിലും വേദനയിലും ഞാനും സുമടീച്ചറും പങ്കുചേർന്നു.

പല പല തടസ്സങ്ങളും വെല്ലുവിളികളും അവർ നേരിട്ടു. ഞങ്ങൾ അവരുടെ രക്ഷക്കായി എപ്പോഴും കാവൽനിന്നു. അവരുടെ അനേകം രഹസ്യങ്ങളും അങ്ങനെ കണ്ടെത്തി. അവസാനം ആ കുഞ്ഞുങ്ങൾ രണ്ടും പറക്കാൻ പഠിച്ചു. ആദ്യം ചേട്ടൻകിളി പറന്നുപോയി.

പിറ്റേന്ന് അനുജത്തിയും പറന്ന് അണ്ണാൻകുന്നിലെ കാട്ടിൽ കയറി. അപ്പോൾ എനിക്ക് സന്തോഷവും സങ്കടവും തോന്നി.

കിളിപ്പെണ്ണ് പറക്കാൻ പഠിച്ചു മിടുക്കിയായി പറന്നുപോയതിന്റെ സന്തോഷം. അവൾ ഞങ്ങളെ വിട്ടുപോയല്ലോ എന്ന സങ്കടവും.

ആ വികാരങ്ങളിൽപെട്ട് ഞാൻ ആ കഥ ഇങ്ങനെ എഴുതി അവസാനിപ്പിച്ചു:

"പ്രകൃതീമാതാവേ, ഇവളെയും കാത്തുകൊള്ളേണമേ. ആകാശത്തു പറന്നുനടക്കാനും ഇമ്പമുള്ള പാട്ടുകൾ പാടാനും മധുരമുള്ള പഴങ്ങൾ തിന്നാനും ഇവൾക്കും കഴിയണമേ. ഇവൾ വളരുമ്പോൾ എന്റെ മുല്ലവള്ളിയിൽ തന്നെ കൂടുകെട്ടി മുട്ടയിടേണമേ. ഇവളുടെ കുഞ്ഞുങ്ങളെ കണ്ട് സന്തോഷിക്കാൻ എന്റെ കൊച്ചുമക്കൾക്കു കഴിയേണമേ..."

ആ ഗ്രന്ഥം വായിച്ച് പ്രശസ്ത പ്രകൃതി സംരക്ഷകനായ പ്രൊഫ. ജോൺസി ജേക്കബ് എഴുതി:

"പ്രിയ പ്രൊഫസർ, ഞാൻ അതു വായിച്ച് ആഹ്ലാദിച്ച് കരഞ്ഞുപോയി. ഞാൻ ആ പുസ്തകത്തിന്റെ അവസാനഭാഗത്തെ പ്രാർഥനയുടെ അവസാനം ഒരു വാക്കുകൂടി എഴുതിച്ചേർത്തു:

ആമേൻ!"

വായനശാലയിൽ

നിത്യചൈതന്യ യതി

അച്ഛൻ അലമാര തുറക്കുന്നതു കണ്ടാൽ ഞാൻ ഓടിയെത്തും.

അതിൽ നിന്ന് ഒരു സാധനമെടുത്ത് അച്ഛൻ എന്റെ കൈയിൽ തന്നു. അത് പുസ്തകമാണെന്ന് പറഞ്ഞു.

പുസ്തകം!

നല്ല ചിത്രമുള്ള കവർ. ഉള്ളിൽ ചിത്രമുള്ള കടലാസുകൾ. അച്ഛൻ അടുത്തു കിടന്ന കട്ടിലിൽ എന്നെയിരുത്തി. അച്ഛനും അടുത്തിരുന്നു.

പുസ്തകമെന്ന അത്ഭുതപ്രപഞ്ചത്തിലേക്ക് ആദ്യമായി എന്റെ ശ്രദ്ധയെ ആകർഷിച്ചു.

അതൊരു കഥാപുസ്തകമാണത്രെ. പുസ്തകം, കഥ, ചിത്രം, നിറം എന്നീ നാല് അത്ഭുതങ്ങൾ ഞാൻ ഒന്നിച്ചു ഗ്രഹിക്കുന്ന ദിവസമായിരുന്നു അത്. ഒരു കഥയിൽ തന്നെ അനേകം ചിത്രങ്ങൾ.

ഒന്നാമത്തേത് ഒരു കുറുക്കന്റെ ചിത്രം. രണ്ടാമത്തേ് കുറുക്കന്റെ തലയ്ക്ക് ചുറ്റിനും ധാരാളം ഈച്ചകൾ പറക്കുന്നത്. പിന്നത്തെ ചിത്രത്തിൽ കുറുക്കൻ ഒരു ചെടിയുടെ കൊമ്പു കടിച്ചുപിടിച്ചുകൊണ്ട് വെള്ളത്തി

ലിറങ്ങുന്നത്.

കുറുക്കൻ വെള്ളത്തിൽ താണ് കൊമ്പുമാത്രം പുറത്തുകാണിക്കുന്നു.

ഈച്ചകളെല്ലാം കൊമ്പിലായി. കുറുക്കൻ കൊമ്പ് വെള്ളത്തിൽ ഉപേക്ഷിച്ചിട്ട് ഊളിയിട്ട് കുളത്തിന്റെ മറുകര കയറി ഈച്ചകളിൽ നിന്ന് രക്ഷ പ്പെടുന്നു.

ഇന്നും ആ പടങ്ങൾ എന്റെ മനോദർപ്പണത്തിൽ വ്യക്തമായി കാണാം.

എഴുത്തിലേക്ക് വഴിതുറന്ന വായന

പി വത്സല

വായനയാണ് എഴുത്തിലേക്ക് വഴികാട്ടിയത്.

വായനയിലേക്ക് കൈപിടിച്ചെത്തിച്ചത് അമ്മയും.

ഞാൻ കുട്ടിയായിരിക്കുമ്പോൾത്തന്നെ അമ്മ നല്ല വായനക്കാരിയായിരുന്നു. കഥ വായിക്കുന്നതൊന്നും അന്ന് അത്ര നല്ല കാര്യമായി ആരും കണ്ടിരുന്നില്ല.

കഥ വായിച്ചാൽ സ്വഭാവം ചീത്തയായിപ്പോവുമെന്നായിരുന്നു പലരുടേയും ധാരണ. പുസ്തകങ്ങൾ കിട്ടാനും പ്രയാസം.

എന്നാൽ കഷ്ടപ്പെട്ട് പുസ്തകം സമ്പാദിച്ചും, കൈയിൽ കിട്ടുന്നതെന്തും വായിച്ചും വായനയെ കൂട്ടുപിടിച്ചതിലൂടെയാണ് ഞാനൊരു എഴുത്തുകാരിയായതെന്ന് എനിക്ക് നിസ്സംശയം പറയാനാവും.

ഞങ്ങളുടെ അടുത്ത വീട്ടിൽ താമസിച്ചിരുന്ന ബാ

ലൻ നായർക്ക് ബുക്ക്ബൈന്റിങ് ആയിരുന്നു ജോലി. അദ്ദേഹത്തിന്റെ കൈയിൽ ധാരാളം പുസ്തകം വരും. വായനശാലകളുടെ പുസ്തകങ്ങളാണ് ബൈന്റ് ചെയ്യാൻ കൊണ്ടുവരുന്നത്.

അമ്മ അതെല്ലാം വാങ്ങിച്ചുകൊണ്ടുവരും. വീട്ടിലെ ജോലിയെല്ലാം തീർത്ത് അമ്മ വായിക്കാനിരിക്കും. പലപ്പോഴും അർധരാത്രിയായിട്ടാവും തുടങ്ങുക.

മണ്ണെണ്ണ വിളക്കിന്റെ വെളിച്ചത്തിൽ അമ്മയുടെ വായന ഏറെ നീളും.

വീട്ടിലെ മൂത്ത കുട്ടിയായിരുന്നു ഞാൻ. തറവാട്ടിലല്ല ഞങ്ങളന്ന് താമസം. കൂട്ടുകാരില്ല. അവധിക്കാലത്തല്ലാതെ കളിക്കാൻ ആരുമില്ല.

വെറുതെ സമയം കളയാൻ വല്ലാത്ത വിഷമം. അമ്മ വായിച്ച പുസ്തകങ്ങളെല്ലാം ഞാനും വായിക്കാൻ തുടങ്ങിയത് അങ്ങനെയാണ്. യു പി സ്കൂളിൽ പഠിക്കുമ്പോഴാണ് അത്.

പുസ്തകങ്ങൾ പുതിയൊരു ലോകം തന്നു. അതുവരെ പരിചയമില്ലാത്ത ഒന്ന്. വായിച്ചു തീർത്ത ഓരോ പുസ്തകവും പിന്നെയും പിന്നെയും പുതിയവ വായിക്കാൻ പ്രേരിപ്പിച്ചു.

എഴുത്ത് അന്നും ഇന്നും എനിക്ക് സ്വാതന്ത്ര്യത്തിലേക്കുള്ള വഴിയാണ്. ഒരു സ്ത്രീയെന്ന നിലയിൽ സാധാരണഗതിയിൽ സമൂഹം അടിച്ചേൽപ്പിക്കുന്ന പല അസ്വാതന്ത്ര്യങ്ങളിൽ നിന്നും എഴുത്ത് എന്നെ മോചിപ്പിച്ചു.

സമൂഹത്തോട് ചേന്നു നിൽക്കാനും അതിലെ തെറ്റുകളെ ചൂണ്ടിക്കാട്ടാനും ഞാൻ തെരഞ്ഞെടുത്തത് എഴുത്തിന്റെ വഴി തന്നെയാണ്. അക്ഷരങ്ങളുടെ ശക്തി എക്കാലവും ഞാൻ തിരിച്ചറിയുന്നു എന്നതുതന്നെയാണ് അതിനു കാരണം.

വായന പൂത്ത കാലം

മാധവിക്കുട്ടി

എന്റെ ബാല്യത്തിൽ ഞാൻ ആദ്യമായി വായിച്ച നോവലിന്റെ പേര് ചിന്താമണിയെന്നായിരുന്നു.

നല്ലവളായ ഒരു രാജകുമാരിയെ അവളുടെ ശത്രു ഒരു കോട്ടയ്ക്കു മുകളിൽ സ്ഥിതിചെയ്യുന്ന തടവറയിൽ ബന്ധനസ്ഥയാക്കിയതും അവളെ ഒരു തത്ത തന്റെ പരിശ്രമത്തിൽ സ്വതന്ത്രയാക്കിയതും ആ പഴയ കഥയിൽ സുന്ദരമായി പ്രതിപാദിച്ചിരുന്നു.

ആ കഥ വായിച്ചതിനു ശേഷമാണ് ഞാൻ വാസ്തവത്തിൽ പക്ഷികളെയും മൃഗങ്ങളെയും എന്റെ മിത്രങ്ങളായി കണ്ടുതുടങ്ങിയത്.

എന്റെ സന്തതസഹചാരിയാവാൻ ഒരു തത്തയെ നേടിയെടുക്കണമെന്ന് ഞാനാഗ്രഹിച്ചു.

അമ്മാവന്റെ ലൈബ്രറിയിൽ നിന്ന് ഞാൻ ആദ്യമാ

യി വായിക്കാനെടുത്ത പുസ്തകം പാവങ്ങൾ ആയിരുന്നു. അന്ന് ആ കഥ മൂന്ന് വാല്യങ്ങളായാണ് പ്രസിദ്ധീകരിച്ചിരുന്നത്. എനിക്കു രസിക്കുന്ന ഭാഗങ്ങൾ മാത്രമേ ഞാൻ വായിച്ചുള്ളൂ.

ബിഷപ്പിന്റെ വെള്ളി സാമഗ്രികൾ മോഷ്ടിച്ചിട്ടും കഥാനായകൻ ശിക്ഷിക്കപ്പെടാത്തതിൽ ഞാൻ സന്തോഷിച്ചു. കൊസത്തിന് പാവക്കുട്ടിയെ ലഭിച്ചപ്പോഴും പിന്നീട് മരിയൂസ് എന്ന യുവാവിനെ ഭർത്താവായി ലഭിച്ചപ്പോഴും ഞാൻ വളരെയധികം സന്തോഷിച്ചു.

ഏഴു വയസ്സായിരുന്നപ്പോൾ പാവങ്ങളിലെ ഒരു ഭാഗം നാടകമാക്കി അതിൽ ഞാൻ എപ്പോണന്റെ ഭാഗമെടുത്ത് അഭിനയിച്ചു.

വായിച്ചാൽ വിളയും

കുഞ്ഞുണ്ണി

ഞാൻ ആദ്യമായി വായിച്ച നോവൽ മാർത്താണ്ഡവർമ്മയാണ്. അതിനുകാരണം അത് വീട്ടിലുണ്ടായിരുന്നു. അവസാനത്തെ ഏതാനും പേജുകൾ നഷ്ടപ്പെട്ടിരുന്നു. അത്രയേ വായിച്ചുള്ളൂ. പിന്നെ വായിച്ചിട്ടില്ല. ഭ്രാന്തൻ ചാന്നാനാണ് എനിക്കിഷ്ടപ്പെട്ട കഥാപാത്രം.

അച്ഛന്റെ ഇല്ലത്ത് പുസ്തകമുണ്ടായിരുന്നു. ബാസൽ മിഷൻ ആണെന്നു തോന്നുന്നു പബ്ലിക്കേഷൻ. അതിനും അവസാന പേജുകൾ ഇല്ലായിരുന്നു. അതു വായിച്ചുകഴിഞ്ഞപ്പോൾ കുറച്ചുകൂടി ശേഖരിക്കണമെന്നു തോന്നി. അങ്ങനെ 3400 പഴഞ്ചൊല്ലുകൾ ശേഖരിച്ചു. വായന നമ്മെ വളർത്തും.

'വായിച്ചാലും വളരും വായിച്ചില്ലെങ്കിലും വളരും
വായിച്ചു വളർന്നാൽ വിളയും
വായിക്കാതെ വളർന്നാൽ വളയും!'